ஆட்டுப்பால் புட்டு

அ. முத்துலிங்கம்

நற்றிணை பதிப்பகம்

ஆட்டுப்பால் புட்டு * சிறுகதைகள் * அ. முத்துலிங்கம்
* © அ. முத்துலிங்கம் * முதல் பதிப்பு: செப்டம்பர் 2016 *
இரண்டாம்(குறும்) பதிப்பு: ஆகஸ்டு 2019 * வெளியீடு: நற்றிணை
பதிப்பகம், எண்: 6/84, மல்லன் பொன்னப்பன் தெரு,
திருவல்லிக்கேணி, சென்னை – 600005.

Aattuppal Puttu * Short Stories * A. Muthulingam * © A. Muthulingam
* First Edition: September 2016 * Size: Demy 1/8 * Paper: 18.6 kg maplitho
* Pages: 80 * Published by Natrinai Pathippagam, No. 6/84, Mallan
Ponnappan Street, Triplicane, Chennai-600005 * Phone : 044-2848 2818
* Mobile: 90956 91222
* E-mail: natrinaipathippagam@gmail.com
* Website: natrinaipathippagam.com

* Printed at: Sai Thendral Printers, Chennai - 600005 * Mobile:
90954 91222, 90956 91222
* E-mail: saithendralprinters@gmail.com

* இணையம் மூலம் புத்தகம் வாங்க : www. natrinaibooks.com

அ. முத்துலிங்கம்

அ. முத்துலிங்கம் இலங்கையின், கொக்குவில் கிராமத்தில் பிறந்து வளர்ந்தவர். கொழும்பு பல்கலைக் கழகத்தில் விஞ்ஞானப் படிப்பை முடித்தபின், இலங்கையின் சாட்டர்ட் அக்கவுண்டன்ட் படிப்பையும் இங்கிலாந்தின் சாட்டர்ட் மனெஜ்மெண்ட் படிப்பை யும் பூர்த்திசெய்து இலங்கையிலும் ஆப்பிரிக்காவிலும் இன்னும் பல நாடுகளிலும் ஐ.நாவுக்காகப் பணி புரிந்தவர். இவர் 2000த்தில் ஓய்வுபெற்று, கனடாவில் மனைவி ரஞ்சனியுடன் வசிக்கிறார். பிள்ளைகள் இருவர்: சஞ்சயன், வைதேகி. வைதேகியின் மகள்தான் அடிக்கடி இவர் கதைகளில் வரும் அப்ஸரா.

அறுபதுகளில் எழுத ஆரம்பித்து இன்றும் இவருடைய பணி தொடர்கிறது. சிறுகதை, கட்டுரை, நேர்காணல், நாடகம், விமர்சனம், நாவல் என எழுதிவருகிறார். இவர் தமிழ்நாடு அரசாங்க முதல் பரிசு, இந்திய ஸ்டேட் வங்கியின் முதல் பரிசு, இலங்கை அரசு சாகித்தியப் பரிசு, கனடா தமிழர் தகவல் நாற்பதாண்டு சாதனை விருது, திருப்பூர் தமிழ்ச்சங்கம் பரிசு, விகடன் விருது 2012 (குதிரைக்காரன் – சிறுகதைத் தொகுப்பு), எஸ்.ஆர்.எம். பல்கலைக் கழகப் படைப்பிலக்கிய விருது (2013) ஆகியவற்றைப் பெற்றிருக்கிறார்.

சமர்ப்பணம்

வாசகர் அல்ல
எழுத்தாளரும் அல்ல
என் ஆத்ம நண்பர்
மாறா அன்புள்ளம் கொண்டவர்
யோகி தம்பிராசா
அவர்களுக்கு

வார்த்தை கிடைக்கவில்லை

ஆறு மாதத்திற்கு முன்பு சிறுகதை ஒன்று எழுதினேன். எனக்குத் திருப்தியாயில்லை. ஏதோ ஒன்று அதில் இருக்க வேண்டும், ஆனால் இல்லை. சிறுகதையை என்ன செய்வதென்றும் தெரியவில்லை. ஒரேயொரு வார்த்தைதான் தேவை. ஆனால் அது கிடைத்தபாடில்லை. அப்படியே கைவிட்டுவிட்டேன்.

ஒரு நாள் நண்பர் ஒருவர் வீட்டுக்கு வந்தார். அவர் பேசிக் கொண்டு போனபோது சாதாரணமாக ஒரு வார்த்தையைச் சொன்னார். அந்தக் கணமே நான் எழுதிவைத்த சிறுகதை பொலபொலவென்று உடைந்து இந்தப் புதிய வார்த்தையை உள்வாங்கிக்கொண்டது. அந்த வார்த்தை சேர்ந்ததும் கதைக்கு ஆன்மா கிடைத்துவிட்டது.

இப்படி எனக்கு மட்டுமல்ல, பல எழுத்தாளர்களுக்கு நடந் திருக்கிறது. ஏர்னஸ்ட் ஹெமிங்வே பலதடவை தனக்கு ஒரு வசனம் கிடைக்கவில்லை என்று தன்னைத் தானே சுட்டுக் கொல்ல முயன்றிருக்கிறார். நோபல் பரிசு பெற்ற எழுத்தாளர் அலிஸ் மன்றோ, 70 பக்கம் எழுதிவிட்டு அந்தச் சிறுகதையை தான் தூக்கி எறிந்ததாக என்னிடம் கூறியிருக்கிறார். கார்ல் இயக்னெம்மா என்ற எழுத்தாளர் பல சிறுகதைகளைப் பாதி வரை எழுதி மேலே தொடரமுடியாமல் மேசையில் வைத் திருக்கிறார். சிறுகதை எழுதுவது என்பது சாதாரண விசயம் அல்ல; ஒவ்வொரு சிறுகதையும் ஒரு சாதனைதான்.

நேற்று ஒருவரைத் தற்செயலாக வீதியிலே சந்தித்தேன். 50 வருடங்களுக்குப் பிறகு பார்க்கிறேன். என்னோடு படித்தவர். அவர் முகம் திறக்கவில்லை. என்னைத் தெரியவும் இல்லை. பெயரைச் சொன்னேன். ஓ என்று கட்டிப்பிடித்தார். அந்தக் காலத்தில் நான் எழுதிய கதை ஒன்றை வரி பிசகாமல் சொன் னார். என்னை மறந்தாலும் என் கதையை மறக்கவில்லை. அது எனக்குப் பெரிய பாராட்டாக இருந்தது.

சில வாரங்களுக்கு முன்னர் பூசா சிறையில் நாலு வருடங் களைக் கழித்துவிட்டு வெளியே வந்த ஒருத்தர் டெலிபோனில்

அழைத்தார். பூசா சிறை என்பது இலங்கையில் உள்ள சித்திர வதைக்கூடம். அந்தச் சிறைக்கூடத்தில் அவருக்கு என் புத்தகம் படிக்கக் கிடைத்திருக்கிறது. அதில் தான் படித்த கதைகளைச் சொன்னார். சில வசனங்களை அப்படியே ஒப்பித்தார். ‘எங்கே புத்தகம் வாங்கலாம்?’ என்று கேட்டார். இப்படியும் ஒரு வாசகரா என்று என்னை வியக்கவைத்தது. இதுதானே ஓர் எழுத்தாளரின் சன்மானம். புகழோ, பணமோ பெரிதில்லை. உண்மையான பாராட்டுத்தான் அவரை எழுதவைக்கிறது. புற நானூற்றில் ‘உண்டால் அம்ம’ என்று தொடங்கும் பாடல் ஒன்றுள்ளது. கடலுள் மாய்ந்த இளம் பெருவழுதி எழுதியது. பிறருக்காக வாழ்பவர்களால்தான் இந்த உலகம் சிறப்பாக இருக் கிறது என்று சொல்லும் பாடல். அது போலத்தான். எழுத் தாளர்கள் இயங்குவது இப்படியான பாராட்டுகள் மூலம்தான்.

பல வருடங்களுக்கு முன்னர் பேராசிரியர் ஒருவர் தான் படித்த புத்தகத்தைப் பற்றிச் சொன்னார். ‘முன் அட்டைக்கும் கடைசி அட்டைக்கும் இடையில் உள்ள பக்கங்களை எல்லாம் வசனங்கள் நிரப்பியிருக்கின்றன. அங்கே இலக்கியமே இல்லை.’ அதை நான் இன்றும் நினைக்கிறேன். நோபல் பரிசு பெற்ற எழுத்தாளர் காப்பிரியல் கார்சியா மார்க்குவெஸ் ஓர் இடத்தில் இப்படி எழுதுவார். ‘பேனா காகிதத்தில் உரசி அவன் கை யெழுத்தை உண்டாக்கியது.’ எதற்கு இப்படி எழுத வேண்டும்? ‘கையெழுத்திட்டான்’ என்று எழுதலாமே. அதுதான் வசனத் துக்கும் இலக்கியத்துக்கும் உள்ள வித்தியாசம். இத்தனை வருடங் களுக்குப் பின்னரும் கார்சியா மார்க்குவெஸின் வரியை நான் நினைத்து வைத்திருக்கும் காரணமும் அதுதான்.

இந்தச் சிறுகதைத் தொகுப்பை நான் இன்னும் பார்க்க வில்லை. யுகன்தான் சிறுகதைகளைத் தேடிக் கண்டுபிடித்தார். அவர்தான் தொகுத்தார். தலைப்பையும் அவரே தேர்வு செய் தார். மெய்ப்பு பார்த்தார். அட்டைப் படம் ஏற்பாடு செய்ததும் அவரே. நான் ஒன்றுமே செய்யவில்லை. எழுதியது மட்டும்தான். இவருக்கு நான் என்ன செய்தேன்? பிடிவாதமாக இந்தத் தொகுப்பைக் கொண்டு வருகிறார். இவரை நான் நேரில் பார்த் ததுகூட இல்லை. இவருக்கு திருப்பிச் செலுத்த வேண்டிய கடன் கூடிக்கொண்டே போகிறது. நன்றி என்ற வார்த்தை போதுமோ தெரியவில்லை. வேறு வார்த்தை கிடைக்கவில்லை.

அ. முத்துலிங்கம்
ரொறொன்ரோ
4 ஆகஸ்டு 2016

பொருளடக்கம்

இன்னும் முன்னேற இடமுண்டு	*9*
சிம்மாசனம்	*17*
வெள்ளிக்கிழமை இரவுகள்	*25*
சிப்பாயும் போராளியும்	*33*
சின்ன ஏ, பெரிய ஏ	*43*
ஸ்டைல் சிவகாமசுந்தரி	*50*
ஆட்டுப்பால் புட்டு	*58*
கடைசிச் சாட்சி	*66*
இலக்கணப் பிழை	*73*

7

இன்னும் முன்னேற இடமுண்டு

ஒரு பழைய மஞ்சள் கடித உறையின் பின்னால் எழுதி யிருந்த எண்ணை அவள் படித்தாள். அந்த எண் அவளுடைய வாழ்க்கையை மாற்றப்போகிறது என்பது அவளுக்குத் தெரியாது. அவள் அப்பாவின் முகத்தில் அத்தனை மகிழ்ச்சியை அவள் முன்னர்க் கண்டதே இல்லை. துபாயிலுள்ள மிகப் பெரிய செல் வந்தர் ஒருவரின் மகன் அவளுடன் பேச வேண்டுமாம். மண முடிக்க விரும்புகிறான்.

அந்தச் சின்னக் கிராமத்தில் தொலைபேசி வசதி எல்லாம் கிடையாது. போரில் பல சனங்கள் வெளியேறிவிட்டார்கள். அப்பா அவளை ஒரு கடைக்கு அழைத்துச் சென்று, முதலிலேயே காசை எண்ணிக் கொடுத்துவிட்டு, அந்த எண்ணை அழைத்துப் பேசினார். அவர் குரல் கொஞ்சம் நடுங்கியது. பின்னர் அவள் பேசினாள். அவளுக்கு 100 ஆங்கில வார்த்தைகள் தெரியும். அவனுக்கு 100 வார்த்தைகள் தமிழ் தெரியும். எப்படியோ அவர்கள் பேசினார்கள். திரும்பி வீட்டுக்குச் செல்லும்போது அவள் கேட்டாள். 'அவருடைய பெயர் என்ன?' அவள் அப்பா 'அரவிந்தன்' என்று சொன்னார். வாய்க்குள் இரண்டு முறை சொல்லிப் பார்த்தாள். பிடிக்கிறதா என்பதைத் தீர்மானிக்க முடியவில்லை.

இரண்டு வாரத்தில் அவர்கள் திருமணம் நடந்தது. அத்தனை பெரிய செல்வந்தரின் மகன் அந்தச் சின்னக் கிராமத்தில் வந்து மணமுடித்தது ஒரே பேச்சாக இருந்தது. இங்கிலாந்தில் அவன் படித்துக்கொண்டிருந்தபோதுதான் சுவாதியின் படத்தை எங்கேயோ கண்டான். அப்பொழுதே தீர்மானித்துவிட்டான், இவள்தான் தன் மனைவி என்று. சுவாதியின் முகத்தில் ஒரு கவர்ச்சி இருந்தது. சிரிப்பை அடக்கி வைத்திருப்பது போன்ற முகம். கன்ன எலும்புகள் துல்லியமாகத் தொடங்கி திடீரென்று முடிந்துவிடும். மனதில் உள்ளதை அப்படியே காட்டும் கண்கள். உலகத்தில் அவளுடைய சொத்து அவளுடைய இரண்டு அண்ணன்களும் இரண்டு தம்பிகளும்தான். இரண்டு நாட்கள்

அவர்களைக் கட்டிப்பிடித்து அழுது தீர்த்தாள். அடுத்தநாள் கணவனுடன் துபாய்க்குப் பறந்தாள்.

சுவாதிக்கு கணவரில் வீசிய வெளிநாட்டு மணம் பிடித்தது. சுவாதியின் நீண்ட விரல்கள் அவனை ஈர்த்தன. பொய் பேச அவளுக்கு வராது. வெகுளி. தன் கணவரோ, மாமாவோ அதி உயர்ந்த செல்வ நிலையில் உள்ளவர்கள் என்பது தெரியாது. ஆயிரம் ரூபாய்க்கும், லட்ச ரூபாய்க்கும் எத்தனை சைபர்கள் வித்தியாசம் எனக் கேட்டால் பதில் தெரியாமல் விழிப்பாள். இவர்கள் செல்வத்தைக் கண்டு மிரளாத ஒரே பெண். அரவிந்த னுக்கு அவளை நிரம்பப் பிடித்துக்கொண்டது.

துபாயில் இறங்கிய முதல்நாளை சுவாதியால் மறக்க முடியாது. விமான நிலையம் ஒரே இரைச்சலாக இருந்தது. அவர்கள் பேசிய ஆங்கிலம் அவளுக்குப் புரியவே இல்லை. அரவிந்தன் சொன்னான் 'அது ஆங்கிலம் இல்லை, அரபுமொழி' என்று. அவள் 'அப்படியா?' என்றாள். அவர்களுடைய வீடு இன்னும் ஆச்சரியப்படுத்தியது. பளிங்குத்தரை தகதகவென்று மின்னியது. அவளுடைய உருவம் அவளுக்குக் கீழே தலைகீழாகத் தெரிந்தது. தனக்குமேலே தானே நிற்பது கூச்சமாகப் பட்டது. எந்தப் பக்கம் திரும்பினாலும் நீண்ட யன்னல்கள். இரண்டு மூன்று தரம் தன் வீட்டில் தானே தொலைந்துபோனாள். கழி வறைகள் அவைகளாகவே தண்ணீர் ஊற்றிக் கழுவிக்கொண்டன. வீட்டுக்குள் நுழைந்ததும் விளக்குகள் தானாகவே எரிந்தன; வெளியேறியதும் அணைந்தன.

'பார்லருக்கு போவமா?' 'அது எங்கே இருக்கு? இந்தியா விலா?' என்றாள். அவனுக்குச் சிரிப்பு வந்தது. அதைக் காட்டாமல் அவளுடைய ஆள்காட்டி விரலை எடுத்து வாய்க்குள் வைத்துக் கடித்தான். காதலை அவன் வெளிப்படுத்துவது அப்படித்தான். 'வாயைத் திறவுங்கோ, விரல் நோகுது' என்று வருங்காலத்தில் அவள் பலமுறை கதறுவாள். 'இதை எப்போ பழகினீர்கள்?' 'இப்போதான். உன் விரல்களைப் பார்த்தால் கடித்துத் தின்னத் தோன்றுகிறது.' அவனுடைய உதடுகள் விநோதமாகக் குவிந்து ஒரு தமிழ் வார்த்தையை உண்டாக்கும். இன்னொருமுறை குவிந்து இன்னொரு வார்த்தை வெளியே வரும். அந்த அழகைப் பார்த்தபடியே இருப்பாள். அவன் என்ன சொன்னான் என்பது மறந்துவிடும்.

சுவாதி திறமையாகச் சமையல் செய்வாள். மணமுடித்த ஒரு மாதத்திற்குள்ளாகவே கணவனுக்கு என்னென்ன பிடிக்கும்

என்பதைத் தானாகவே கண்டுபிடித்து சமைத்து வைப்பாள். கணவன் ருசித்துச் சாப்பிடுவதைப் பார்த்து ரசிப்பாள். அப்பாவுக்கு என்ன பிடிக்கும், அண்ணன்களுக்கு என்ன பிடிக்கும், தம்பிகளுக்கு என்ன பிடிக்கும் என யோசித்து யோசித்து அதையே சமைப்பாள். கணவர் ஒரு வார்த்தை பாராட்டினால் ஒரு வாரத்துக்கு அது போதும்.

ஒருநாள் கணவருடைய கம்பனிக்குப் போனவள் அப்படியே அசந்துபோனாள். கணவர் தலைமையில் பல வெள்ளைக்காரர்கள் வேலை செய்தார்கள். எல்லோரும் தங்கள் பெயர் எழுதிய அட்டைகளைக் கழுத்திலே மாட்டியிருந்தது பார்க்க வேடிக்கையாக இருந்தது. வரவேற்பறை பெண் எப்படித் தன்னைச் சுருக்கி அந்த உடைக்குள் நுழைந்துகொண்டாள் என்பது அவளை ஆச்சரியப்பட வைத்தது. முகப்பில் ஆங்கிலத்தில் இப்படி ஒரு வாசகம் எழுதியிருந்தது. அதை எழுத்துக்கூட்டிப் படித்தாள். 'இயலாத ஒன்றை உடனே செய்வோம். அற்புதங்கள் ஒருநாள் எடுக்கும்.' அவளுக்குச் சிரிப்பு வந்தது. இவர் அற்புதம் எல்லாம் செய்வாரா? முதல்தரமான ஒப்பனையில் காட்சியளித்த பெண்களை அறிமுகப்படுத்தியதும் அவர்கள் எழுந்து நின்று கை குலுக்கினார்கள். இவள் கிராமத்தில் ஒருவருடனும் கை குலுக்கியதே கிடையாது. ஒரு வெள்ளைக்காரப் பெண் வேகமாக ஏதோ ஆங்கிலத்தில் சொன்னாள். புரியவில்லை. ஆனால், கணவர் சிரித்தார். இவளும் சிரித்து வைத்தாள். ஏதோ மாதிரி இருந்தது. அப்படிக் கணவரைச் சிரிக்க வைக்க தனக்கும் வருமா என்று சிந்தித்தபோது கொஞ்சம் வருத்தமாகத்தான் இருந்தது.

விருந்துகள்தான் அவளுடைய ஒரே பிரச்சினை. ஒரு முறை விருந்துக்குத் தயாரானபோது அவள் வீட்டிலிருந்து கொண்டு வந்த சின்னச் சின்ன நகைகளைப் படுக்கையில் பரப்பி வைத்து எதைப் போடுவது என்ற ஆலோசனையில் இறங்கினாள். கிராமத்து சந்தைகளில் ஒன்றிரண்டு காய்கறிகளைப் பரப்பிவிட்டுக் காத்திருக்கும் கிழவியைப்போல அந்தக் காட்சி இருந்தது. அரவிந்தன் 'உம்முடைய பிறந்த நாளுக்கு வாங்கித் தந்த நெக்லெசை அணியும்' என்றான். அதைத் தரித்த பின்னர் வேறு ஒரு நகையை சுவாதி எடுத்தாள். 'நோ, நோ. விலை உயர்ந்த நகையுடன் இந்த நகைகளை அணியக்கூடாது. அதன் மதிப்பு போய்விடும்' என்றான். அவளுக்கு ஒன்றும் புரியவில்லை. 'அப்படி என்ன மதிப்பு?' 'இதன் விலை நாலு லட்சம் டிராம்.' 'அப்படியென்றால்.' 'ஒரு லட்சம் அமெரிக்க டொலர்கள்.' 'அப்படியென்றால்.' '16 மில்லியன் இலங்கை ரூபா.' 'அப்படியென்றால்.' 'அப்படித்தான்.'

அ. முத்துலிங்கம்

'அப்பா வாங்கித் தந்த ஒரேயொரு நகையை அணிய முடியாதா?' பரிதாபமாகக் கேட்டாள். 'ஏன் முடியாது? இன்றைய விருந்துக்கு வேண்டாமே.'

பகல் முடியவில்லை. இரவு துவங்கவில்லை. மாடியில் நின்று ரோட்டையே பார்த்தாள். தூரத்தில் கணவருடைய கார் வரும்போதே அவளுக்குத் தெரிந்துவிடும். சமையலறையில் உணவு மேசையைத் தயாராக்கினாள். அவன் வீட்டு உடைக்கு மாறிவிட்டு மேசைக்கு வரும்போது உணவு தயாராக இருக்கவேண்டும். அன்று அவன் சாப்பிட உட்காரவில்லை. 'நான் அம்மா வீட்டில் சாப்பிட்டுவிட்டேன்' என்றான். 'அப்படியா? எனக்குத் தொலைபேசியில் சொல்லியிருக்கலாமே' என்றாள். 'ஓ, மறந்துவிட்டேன், மன்னிக்கவும்.' அவளுக்கு அழுகை கண்ணை உடைத்தது. முகத்தைத் திருப்பினாள். 'நீர் சாப்பிடும்' என்று சாதாரணமாகச் சொன்னான். அந்த நேரத்துக்காக அவள் காலையிலிருந்து காத்திருந்தாள்.

அரவிந்தன் காலையில் சாப்பிடுவதில்லை. மத்தியானம் வெளியே சாப்பிடுவார். இரவு அவருடன் ஒன்றாக அமர்ந்து சாப்பிடுவதற்காகக் காத்திருப்பாள். அவருக்குப் பிடித்த ஏதாவது ஒரு பதார்த்தத்தைச் சிறப்பாகச் சமைத்திருப்பாள். இந்தத் தருணம் அவளுக்கு மிக முக்கியம். ஏதாவது வணிக விருந்து அல்லது கூட்டம் அவருக்கு இருக்கும். வெளியே உணவருந்திவிடுவார். அவளுக்கு ஏமாற்றமாக இருக்கும். கணவர் இல்லாமல் தனியாக உட்கார்ந்து சாப்பிடுவதை அவள் வெறுத்தாள். பிச்சைக்காரர்களைப் பார்த்திருக்கிறாள். அவர்கள்கூட கூட்டமாக இருந்துதான் சாப்பிடுவார்கள். தனிமையில் சாப்பிடும் ஒவ்வொரு முறையும் 'தனக்கு யாரும் இல்லை' என்ற உணர்வு அவளுக்குள் எழும்.

அன்று மதியம் பிளாஸ்டிக் தாளில் சுற்றி பாதுகாப்பாகக் கொண்டு வந்த குடும்பப் புகைப்படங்களை வெளியே எடுத்துப் பார்த்தாள். அவளுடைய அண்ணன்மார் ஒரு பக்கமும் தம்பிமார் இருவரும் மற்றப் பக்கமும் நின்றார்கள். நடுவில் அவள். சரியாக அந்த நேரம் அவள் அப்பா தொலைபேசியில் அழைத்தார். 'எப்படியம்மா இருக்கிறாய்?' என்று ஒரு வார்த்தை கேட்டார். அவளுக்கு அழுகை வந்துவிட்டது. கண்ணீர் கொட்டியது. முழங்கையால் துடைத்தபடி பேச முயன்றாள். வார்த்தை வரவே இல்லை. 'இன்றைக்கு உன் அண்ணனுடைய நினைவு நாள். ஞாபகம் இருக்கா?' யாரோ நெஞ்சில் ஓங்கி அறைந்ததுபோல இருந்தது. அவள் சிறுமியாக இருந்தபோது அது நடந்தது. இது பத்தாவது

வருடம். 'மறந்துவிட்டேன், அப்பா.' 'பரவாயில்லை, அம்மா. உன் னுடைய அண்ணன்களும் தம்பிகளும் உபவாசம் இருந்து இப் பொழுதுதான் ஒன்றாக அமர்ந்து சாப்பிட்டோம்.' 'மன்னியுங்கள் அப்பா. எப்படி என்னால் மறக்க முடிந்தது?' 'உனக்கு வேலைப் பளுவாக இருந்திருக்கும்.' 'இல்லை அப்பா. எனக்கு வேலையே இல்லை. அதுதான் பிரச்சினை. சகல வசதிகளும் இருக்கு. சமையல்காரி, காவலாள், சாரதி, தோட்டக்காரன் என்று பலர் ஏவலைச் செய்யக் காத்திருக்கின்றனர். எனக்கு மன்னிப்பே இல்லை.' 'இதுல என்ன இருக்கு. உலகத்து ஜீவராசிகளில் மனிதன் ஒருவனுக்குத்தான் இறப்பு என ஒன்று இருப்பது தெரியும். மிருகங்களும் பறவைகளும், ஏன் புழுக்கள்கூட எத்தனை குதூகல மாக இருக்கின்றன. அவற்றுக்கு மரணம் என்பது தெரியாது. மனிதனுக்குள் அந்த நினைப்பு எப்பவும் இருந்து தொந்தரவு செய்கிறது.' 'அப்பா. எங்கள் அண்ணன் பேரில் ஒரு வீதி இல்லை; வாசகசாலை இல்லை; பூங்கா இல்லை. எங்கள் மனங்களில்தானே அவன் வாழ்கிறான். அப்படியும் நான் மறந்துவிட்டேன்.'

அவள் பள்ளிக்கூடத்தில் படித்தபோது ஒருமுறைகூட முதல் பத்துக்குள் வந்தது கிடையாது. வருட முடிவில் கிடைக்கும் தேர்ச்சிப் பத்திரத்தில் 'இன்னும் முன்னேற இடமுண்டு' என எழுதியிருக்கும். ஒவ்வொரு வருடமும் அதேதான். ஒருநாள் அப்பா கேட்டார். 'இவர்கள் இப்படி வருடாவருடம் எழுதுகிறார்களே. நீ இன்னும் கொஞ்சம் முயற்சி எடுத்துப் படிக்கலாமே.' அவள் சொன்னாள். 'பிரயோசனம் இல்லை, அப்பா. நூற்றுக்கு நூறு மதிப்பெண் வாங்கும் என் சிநேகிதியின் தேர்ச்சி அட்டையில் 'இனி முன்னேற இடமில்லை' அப்படித்தானே எழுதவேண்டும். எழுதவே இல்லை.' என்னதான் உயர்ந்த நிலையில் ஒருவர் இருந் தாலும், வாழ்க்கையின் ஒரு மூலையில் ஏதோ ஒரு போதாமை இருக்கத்தான் செய்யும்.

உப்பரிகையில் நின்று வீதியைப் பார்த்தாள். அவளுக்கு மனம் தவிப்பாக இருந்தது. ஆற்றாத துயரமாக வளர்ந்தது. கணவன் சிலவேளை சாப்பிட்டுவிட்டுத்தான் வருவார். வழக்கம் போல அவள் தனியாகச் சாப்பிட வேண்டி நேரிடும். அங்கே அவள் வீட்டில் எல்லோரும் ஒன்றாக அமர்ந்து உண்பது ஒரு கொண்டாட்டமாகவே இருக்கும். இன்றைக்கும் அவர்கள் ஒன்றாக அமர்ந்து சாப்பிட்டார்களாம். அவள்தான் இல்லை. கணவர் வந்ததும் அவளுடைய அப்பா காலையில் கூப்பிட்டதைச் சொன்னாள். 'அப்படியா?' 'என் அண்ணனின் இறந்த நாளை நான் மறந்துவிட்டேன். அப்பாதான் ஞாபகப் படுத்தினார். குற்ற

உணர்வாக இருக்கிறது.' 'ஏன் குற்ற உணர்வு?' 'உபவாசம் இருக்க வில்லையே.' 'எல்லாமே ஞாபகத்தில் வைத்திருக்க முடியுமா?' 'இது என் அண்ணன் அல்லவா? எப்படி மறந்தேன்?' 'உலகத்திலே ஒரு நாளைக்கு 150,000 பேர் இறக்கிறார்கள். எல்லோரையும் நினைவு வைக்கமுடியுமா?' 'அண்ணன் இறக்கவில்லை. கொலை செய்யப்பட்டார். ஒருவன் பூட்ஸ் காலால் அவர் முகத்தில் மிதிக்க, இன்னொருவன் துப்பாக்கியால் சுட்டான்.' 'இரண்டும் ஒன்று தான்.' அப்படிச் சொல்லிவிட்டு ரிமோட்டை கையில் எடுத்தார். அவளால் நம்ப முடியவில்லை. கணவருக்கு எத்தனை பெரிய வார்த்தைகள் தெரியும். அறிவாளி. 'இரண்டும் ஒன்றுதான்' என்று சொல்கிறாரே.

மூன்று நாட்கள் அவளால் தூங்கவே முடியவில்லை. ஒரு கை வெளியே தொங்க கணவன் படுக்கையில் படுத்திருந்தான். மெதுவாக எழும்பி மாடியில் போய் நின்றாள். துபாய் நகரம் அவளுடைய காலடியில் கிடந்தது. அவளைச் சுற்றிலும் ஒன்றுடனொன்று போட்டியிடுவதுபோல உயரமான கட்டடங்கள். ஒரு சில கார்கள் தூரத்தில் ஊர்ந்தன. எறும்பு ஒன்று அவசரமாக ஓடியது. நடு இரவுகூட அதற்கு ஏதோ வேலை. எதற்காக அப்படி உழைக்கிறது. ஒருவேளை தனிமையை மறக்கவாக இருக்கலாம். மனதின் எடை இரண்டு மடங்காகிக் கனத்தது. ஆகாயத்தை நிறைத்து நட்சத்திரங்கள். சுவாதி நட்சத்திரம் செம்மஞ்சள் நிறத்தில் வானத்தின் வலது பக்கத்தில் விட்டு விட்டு ஒளிர்ந்தது. அவள் அப்பா சொல்லுவார் 'சுவாதி நாலாவது பிரகாசமான நட்சத்திரம்' என்று. 'ஏனப்பா முதலாவது நட்சத்திரத்தின் பெயரை எனக்குச் சூட்டவில்லை' என அழுவாள். 'இல்லை அம்மா. நீ நாலாவதாகப் பிறந்தவள். எங்கள் தவக்குழந்தை, அதுதான்' என்று சமாளிப்பார்.

அன்று கணவர் வீட்டுக்கு வந்தபோது சுவாதி சூட்கேசை நிறைத்துவிட்டு அதன் மேல் உட்கார்ந்திருந்தாள். 'என்ன?' என்றார் கணவர். 'நான் இப்பவே வீட்டுக்குப் போகவேண்டும்.' அவள் அப்படி ஒருமுறைகூட பேசியதில்லை. 'அதற்கென்ன, நாளைக்கு டிக்கட் ஏஜண்டிடம் பேசுகிறேன்.' 'இப்பவே.' அவள் கத்தியதில் குரல் இரண்டாகப் பிளந்தது. வேறு ஒரு குரல் பேசியது. 'இப்ப இயலாதே' என்றான் பரிதாபகரமாக. அலுவலக வரவேற்பறையில் 'இயலாதென்றால் உடனே முடிப்போம்' என்று எழுதியிருந்தது அவள் ஞாபகத்துக்கு வந்தது.

அப்பாவிடம் யோசனை கேட்டபோது 'அவள் பாவம், சகோதரங்களோடு வளர்ந்தவள். தனிமையாக இருக்கும். கொண்டு போய் விடு. ஒரு மாதத்தில் சரியாகும். திரும்பவும் அழைக்கலாம்'

என்றார். அரவிந்தன் அவளைக் கூட்டிச் சென்று கிராமத்தில் விட்டுவிட்டுத் திரும்பினான். தொலைபேசியில் பேசினார்கள். மிகவும் அன்பாகத்தான் இருந்தாள். 'இரவு வெகுநேரம் வெளியே அலைய வேண்டாம். உடம்பைப் பார்த்துக்கொள்ளுங்கள்' என்று சொன்னாள். ஒரு வருடம் ஓடிவிட்டது. திரும்பி வர மறுத்து விட்டாள். வேறு வழியில்லாமல்தான் மணவிலக்குக்காக வழக்கறிஞரிடம் செல்லவேண்டி நேர்ந்தது.

சுவாதியின் தகப்பனுக்கும் இது புரியாத புதிர்தான். எவ்வளவோ மகளிடம் சொல்லிப் பார்த்தார். அவள் மறுத்து விட்டாள். அரவிந்தனோ அவளுடன் பேசிக் களைத்துவிட்டான். இறுதி முயற்சியாக அரவிந்தனின் அப்பா கிராமத்துக்குப் போய் சுவாதியைச் சந்தித்தார். 'ஏன் அம்மா, உனக்கு என்ன குறை? என்னிடம் சொல்லலாம். நான் தீர்த்து வைக்கிறேன்.' 'மாமா, நீங்கள் ஏன் இவ்வளவு தூரம் வந்தனீங்கள். அவரில் ஒரு பிழையும் இல்லை. அவர் நல்லவர். எனக்கு வாழப் பிடிக்கவில்லை. தயவுசெய்து எங்களைப் பிரித்து விடுங்கள்.'

'சரி அம்மா. உன் விருப்பம். நாங்கள் சமாதானமாகப் பிரிவோம். இதற்கெல்லாம் வழக்கறிஞர் தேவையில்லை. என்னிடம் போதிய பணம் இருக்கிறது. உனக்கு எவ்வளவு வேண்டுமோ, கேள்.' 'இது என்ன மாமா? எனக்கு எதற்குப் பணம்? நான் அப்பாவுடன்தானே இருக்கிறேன்.' 'அது தெரியும், அம்மா. மண விலக்கு பெறும்போது கொடுக்கவேண்டும். கணவனுக்கு ஒரு கடமை உண்டு. அதுதான் சட்டமும். நீ விரும்பிய தொகையைச் சொல்.'

'அவர் பாவம். இரவு பகலாக கஷ்டப்பட்டு உழைக்கிறார். வெளியே அலைகிறார். நேரத்துக்குச் சாப்பிடுவதும் இல்லை. இந்தக் காசை சம்பாதிக்க என்ன பாடுபட்டாரோ. பத்தாயிரம் ரூபா போதும்.'

அவர் திகைத்துப்போய் நின்றார். இந்தப் பெண்ணுக்கு என்ன நேர்ந்தது? புதிர் இன்னும் கூடியது. ஒரு கோடி ரூபாய்க்குக் காசோலை எழுதி சுவாதியிடம் நீட்டினார். அவள் காசோலையை வாங்கினாள். நீளத்துக்கு சைபர் சைபர் ஆக இருந்தது. அவள் முகத்தில் ஒருவித மாற்றமும் இல்லை. பத்திரத்தில் கையெழுத்திட்டாள்.'

அரவிந்தனுக்கு அவள் பிரிந்து சென்ற காரணம் புரியவே இல்லை. ஆறுமாதம் கடந்து சுவாதியிடமிருந்து ஒரு கடிதம் வந்தது. அரவிந்தன் அவசரமாக அதைப் பிரித்தான். வளைந்த

வளைந்த எழுத்துகள். தமிழாகத்தான் இருக்கவேண்டும். மேசையில் கன்னத்தை வைத்துப் படுத்தபடி பேனையைச் செங்குத்தாகப் பிடித்து அதை எழுதியிருப்பாள். கடைசியில் காணப்பட்ட மூன்று எழுத்துகள் அவளுடைய கையெழுத்தாக இருக்கும். அதை விரலால் தொட்டுப் பார்த்தான். 'வாயைத் திறவுங்கோ. விரல் நோகுது' என்று அவள் கத்தியது நேற்று நடந்ததுபோல இருந்தது.

அப்பாவிடம் கடிதத்தை நீட்டியபோது அவர் என்ன என்பதுபோல முகத்தை ஆட்டினார். பின்னர் விசயத்தைப் புரிந்து கொண்டு கடிதத்தை வாங்கி உரத்து வாசிக்கத் தொடங்கினார்.

என்றும் மறக்க முடியாத என் முன்னாள் கணவருக்கு,

நமஸ்காரம். நான் விலகியபோது என் நகைகளுடன், நீங்கள் வாங்கிப் பரிசளித்த நெக்லசையும் அனுப்பியிருந்தீர்கள். என் அப்பா செய்து தந்த புல்லாக்கை மட்டும் அனுப்பவில்லை. அதன் பெறுமதி 60 ரூபாய். இப்படிச் செய்வீர்கள் என்று நான் நினைக்கவே இல்லை. இந்தக் கடிதம் கண்டதும் அதை அனுப்பி வைக்கவும்.

உங்கள் முன்னாள் மனைவி

சுவாதி.

'புல்லாக்கா? அது என்ன?' என்றான் அரவிந்தன்.

சிம்மாசனம்

தினமும் 5 நிமிடம் பிந்திவரும் சோமபாலாவுக்கு வயது முப்பதுக்குள்தான் இருக்கும். ஆறடி உயரமாக இருப்பான். அடி மரக்குத்திகளைத் தோளிலே அனாயாசமாகத் தூக்கி எறிவதைக் கண்டிருக்கிறேன். அப்படிச் செய்யும்போது அவன் புஜத்தில் திரளும் தசைநார்கள் முறுகி உருண்டு பெருகி புஜத்தை உடைத்து வெளியே வந்துவிடுமோ என்ற அச்சத்தையூட்டும். கைகட்டி முன்னே நின்றான். ஆசனத்தில் உட்காரமாட்டான். அவன் கையில் பிடித்திருந்த அட்டையை நீட்டினான். ஐந்து நிமிடம் பிந்தி வந்ததால் வருகை நேரம் அட்டையில் சிவப்பாக அச்சடிக்கப் பட்டிருந்தது.

ஆயிரம் பேர் வேலைசெய்யும் அந்தத் தொழிற்சாலையில் 6 மாதம் முன்னர்தான் வருகைப் பதிவு மணிக்கூடுகள் இரண்டை நிறுவியிருந்தார்கள். தொழிலாளிகள் நிரையாக வந்து தங்கள் தங்கள் அட்டைகளை மணிக்கூட்டில் செருகி வருகை நேரத்தைப் பதிவுசெய்வார்கள். 5 நிமிடம் பிந்தி வந்தால் 15 நிமிடக் கூலி வெட்டப்படும். 15 நிமிடம் பிந்தி வந்தால் அரைமணி நேரக் கூலி. அரை மணி பிந்தி வந்தால் ஒருமணி நேரக்கூலி. ஒரு மணி நேரம் பிந்தி வந்தால் தொழிலாளி அன்று உள்ளே அனுமதிக்கப் படமாட்டார்.

சோமபாலா தினமும் பிந்தி வந்ததால் என் முன்னே நின்றான். அந்தத் தொழிற்சாலை கொழும்பில் இருந்து 125 கிலோ மீட்டர் தூரத்தில் உள்ள ஜிந்தோட்ட என்னுமிடத்தில் இருந்தது. முழுக்க முழுக்க சிங்களப் பிரதேசம். அங்கே வேலை செய்தவர் களில் நான் ஒருவனே தமிழ் ஆள். நூறு சிங்கள வார்த்தைகளுக்கு மேலே எனக்குப் பேசத் தெரியாது. நான் சொல்ல வேண்டியதை அந்த நூறு வார்த்தைகளுக்குள் சுருக்கிச் சொல்லிவிடவேண்டும். ‘நீ பிந்தி வருவதால் உன் கூலியை வெட்டிவிடுகிறார்களே. வீட்டிலேயிருந்து ஐந்து நிமிடம் முந்தி புறப்பட்டால் போதுமே. என்ன பிரச்சினை?’ என்றேன். சோமபாலா குனிந்து பார்த்த

படியே நின்றான். ஏதோ பேசவிரும்பினான். ஆனால், அவனால் முடியவில்லை. அத்தனை பலசாலியான ஒருவன் என் முன்னே கூனிக்குறுகி நின்றது எனக்கே சங்கடமாக இருந்தது. 'சரி போ' என்றதும் அவன் போனான். இன்னொரு தொழிலாளி கழுத்தை வளைத்து தலையை மட்டும் நீட்டிப் பார்த்தான். யாரோ பக்க வாட்டில் பிதுக்கி பிதுக்கி நேராக்கியதுபோல உயரமாகவிருந்தான். வருகை அட்டையுடன் உள்ளே நுழைந்தான்.

அரசாங்கத்துக்குச் சொந்தமான அந்த ஒட்டுப்பலகை நிறுவனம் 20 வருடங்களாக இயங்கியது. தினமும் பெரிய பெரிய லொறிகளில் காட்டு மரங்கள் வந்து குவிந்தன. எந்த நேரமும் மரங்களின் மணம் அங்கே சூழ்ந்திருந்தது. பிரமாண்டமான மெசின்களில் மரங்கள் சுழல அவற்றைக் கூரிய கத்திகள் ஒரு பக்கத்தில் செதுக்க மறுபக்கத்தில் அவை நீண்ட மரத்தாள்களாக விழுந்தன. இந்த இழைகளை ஒன்றுக்கொன்று குறுக்காக வைத்து 3,5,7,9 மரத்தாள்கள் என ஒட்டி வெவ்வேறு தடிப்புகளில் பலகைகள் செய்யப்பட்டன. அவை வழுவழுப்பாகவும் லேசாகவும் இருக்கும். ஆனால், சாதாரண மரப்பலகைகளிலும் பார்க்க வலுவானவை. ஆகவே விற்பனை அமோகமாகவிருந்தது.

தொழிற்சாலையில் வேலை செய்தவர்களில் அதிகமாகப் படித்தவன் சோமபாலா. ஆனால், அவன் மெசின்களில் வேலை செய்வதில்லை. மரங்களைத் தரம் பிரிக்கும் பகுதியிலோ மற்றும் மரங்களை மெசினுக்குள் செலுத்தும் பகுதிகளிலோ இல்லை. ஒட்டும்பகுதியிலும் மினுக்கும் பகுதியில்கூட அவனுக்கு வேலை கிடையாது. மரத்துண்டுக் கழிவுகளைக் கூட்டி அள்ளும் பகுதியில் வேலை செய்தான். ஆனால், அவனால் நூற்றுக்கு மேல் மரங்களை அடையாளம் காணமுடியும். அவற்றின் குணங்களும் உபயோகங்களும் அவனுக்கு மனப்பாடம். தச்சு வேலையின் நுட்பங்கள் அறிந்தவன். அவனுடைய பரம்பரைத் தொழில் அது. ஆனாலும் அங்கே ஆகக் கடைநிலையில் எல்லோருடைய ஏளனத்தையும் சகித்துக்கொண்டு வேலை செய்தான்.

ஒருநாள் சோமபாலா அரைமணி நேரம் பிந்தி வந்ததால் அவனுடைய மேலாளர் அவனை மோசமாகத் திட்டினார். 'உன் கூலியைத்தான் தண்டனையாகப் பிடிக்கிறார்களே. எதற்காக அவர் உன்னைத் திட்டினார்?' என்று கேட்டேன். 'நான் கின்னர சாதி. ஆகக் கீழான சாதி. அப்படித்தான் திட்டுவார்கள்' என்றான். 'உனக்குப் பழகிவிட்டதா?' என்றேன். கிட்ட வந்து காதோடு தொழிற்சாலையின் பொது மேலாளர் என்ன சாதி தெரியுமா என்றான். எனக்குத் தெரியாது என்றேன். தேவ சாதி என்றான்.

'அப்படி என்றால்?' எங்கள் பழைய அரசர்கள் எல்லாம் தேவ சாதி. ஆக உயர்ந்தது என்றான். பின்னர் இருபக்கமும் பார்த்து விட்டு 'உங்களுக்கு ஒரு விசயம் தெரியுமா? எங்கள் பொது மேலாளர் ஒரு சிம்மாசனம் செய்கிறார்' என்றான். 'சிம்மாசனமா எதற்கு?' 'உட்காரத்தான்.'

'பொது மேலாளருக்குத் தன் முன்னோர்கள் அமர்ந்தது போல ஒரு சிம்மாசனத்தில் உட்காரவேண்டும் என்ற ஆசை தோன்றிவிட்டது. காட்டிலிருந்து வந்து இறங்கும் மரங்களில் சிறந்த மரங்களைத் தேர்ந்தெடுத்து நல்ல சிம்மாசனம் ஒன்றை உருவாக்கச் சொல்லிக் கட்டளையிட்டிருந்தார். அதற்காகத் தேர்வு செய்யப் பட்டவன் துணிந்து பொய் பேசுகிறவன். அவனை நம்ப முடியாது. அன்னாசிப் பழம் தலையில் விழுந்தது என்று கூசாமல் சொல் வான். அவனுக்குத் தச்சுவேலையும் தெரியாது, சிற்ப வேலையும் தெரியாது. பல மரங்களைப் பாழாக்கிவிட்டான். சிம்மாசனத்தின் கால்கள் சிங்கத்தின் முன்னங்கால்கள்போல இருக்கவேண்டு மென்று பொது மேலாளர் சொல்லியிருந்தார். அவனால் கழுதைக் காலைக்கூட உருவாக்க முடியாது.'

'ஒன்றிரண்டு மரங்கள் பொதுமேலாளர் சார்பில் வீணா னால் என்ன? பெரிய நட்டம் ஏற்பட்டுவிடுமா?' 'நீங்களே இப்படிப் பேசுவது ஆச்சரியமாக இருக்கிறது. அவர்கள் வீணாக்குவது சாதாரண மரங்கள் அல்ல. அபூர்வமான மரங்கள். முன்பு எங்களை ஆண்ட வெள்ளைக்காரர்கள் கலுமெதிரிய மரங்களை கப்பல் கப்பலாக இங்கிலாந்துக்குக் கொண்டுபோய்ச் சேர்த் தார்கள். நூறு வயது மரங்களை அவர்கள் வெட்டியபோது அவற் றுக்கு ஈடாக புதிய மரங்களை நடவில்லை. இங்கிலாந்திலே இந்த மரங்களில் செய்த மேசைகளிலும் நாற்காலிகளிலும் அமர்ந்து உணவருந்துகிறார்கள். இப்படியான மரம் அவர்களுக்கு எங்கேயும் கிடைக்காது. அத்தனை வழுவழுப்பானது; வலுவானது. மினுக்கி னால் அதில் முகம் பார்க்கலாம். அவர்கள் அழித்தது போதா தென்று வேலை தெரியாதவர்களும் அழிக்கிறார்கள். கலையம்சம் சிறிதும் இல்லாதவர்கள் மரம் வெட்டும் வேலையைச் செய்யலாம். மரத்தில் ஒன்றை உருவாக்கும் வேலையைச் செய்யக்கூடாது. மூளைக்குள் ஏதாவது இருந்தால்தான் அது கலையாக மரத்தில் வெளிப்படும்.'

சோமபாலா இத்தனை கோபப்பட்டு நான் பார்த்ததில்லை. 'என்ன மரம் சிம்மாசனத்துக்கு உகந்தது என்று நீ நினைக்கிறாய்?' 'முன்பு ஒரு வெள்ளைக்கார கவர்னர் இருந்தான். அவன் பெயர்

சேர் ரோபர்ட் பிரவுன்றிக். இவன் இங்கிலாந்துக்கு காலண்டர் மரங்களைக் கடத்திப் போய்விட்டான். அவன் வீட்டுக் கதவு களைக்கூட இந்த வகை மரத்தில்தான் செய்தானாம். அதிலும் மோசமாகவல்லோ இப்பொழுது நடக்கிறது. மரக் கழிவுகளைத் தினமும் கூட்டி அள்ளும் வேலைசெய்யும் என்னால் இவர்கள் செய்யும் அநியாயங்களைப் பார்த்துக்கொண்டு இருக்கமுடிய வில்லை.' நான் கேட்ட கேள்விக்கு அவன் பதில் சொல்லவே இல்லை.

'மரங்களில் இத்தனை நேசம் வைத்திருக்கும் நீ எப்படி இந்தத் தொழிலுக்கு வந்தாய்?' 'வேறு என்ன? மரப்பற்றுத்தான். ஒவ்வொருநாளும் என்னால் மரங்களுடன் வாழமுடிகிறது. அவற்றின் சரித்திரத்தைப் படிக்கிறேன். எத்தனை ரகங்கள். 60 அடி 70 அடி உயரமான மரங்கள். 20 அடி சுற்றளவான மரங்கள். 100 வயது வாழ்ந்த மரங்கள். ஆனால், இவை எல்லாம் அழிக்கப் படுவதை என்னால் பார்த்துக்கொண்டு இருக்கமுடியாது. இந்த வேலை எனக்குப் பொருத்தமானது இல்லை. நீங்கள் என்ன நினைக்கிறீர்கள்?' 'நீ அநேக கேள்விகள் கேட்கிறாய்.' 'கேள்விகள் தான் முக்கியம். பதில்கள் அல்ல. உலகம் முன்னேறுவது கேள்வி களால்தான்.' 'என்ன செய்யப் போகிறாய்?" 'எனக்கு என்னவோ மரத்தை அழித்துக் கிடைக்கும் காசில் வாழ்வது பிடிக்கவே இல்லை. ஒருநாள் வேலையை விட்டுவிடுவேன்.'

என்னுடைய தட்டச்சு மெசினில் யூ, கே, எக்ஸ் போன்ற எழுத்துகள் அடித்தவுடன் அவை தாளுடன் ஒட்டிவிடும். அவற்றை விரல்களால் கிளப்பிவிடவேண்டும். அந்த எழுத்துகள் வராத வசனங்களாக உண்டாக்கி டைப் அடித்துக்கொண்டி ருந்தேன். வேலை முடிந்த சமயம் வாசலில் நிழல் தட்டியது. சோமபாலாவைப் பார்த்துத் திடுக்கிட்டேன். முகம், முடி, கை, கால் எல்லாம் மரத்தூள் அப்பியிருந்தது. ஆளே மாறிவிட்டான். 'உள்ளே வா' என்றேன். குறுக்காக அறுத்த முழுப் பலகை ஒன்றைத் தலையிலே தூக்கி வந்திருந்தான். வட்டமான பலகையின் விளிம்புகளை இரண்டு கைகளை நீட்டினாலும் தொடமுடியாது. அதன் சுற்றளவு 20 அடி இருக்கும். மரத்தின் கனத்தில் அவன் புஜங்கள் முறுகி ஏறின. நிலத்தில் கிடத்திவிட்டு 'இது என்ன மரம் தெரியுமா?' என்றான். 'தெரியாது' என்றேன். 'போபாப். சிங்களத்திலும் தமிழிலும் இதன் பெயர் பெருக்கா மரம். பல ஆயிரம் வருடங்களுக்கு முன்னர் இந்த வகை மரம் ஆப்பிரிக்கா வில் இருந்து வந்தது. வளையங்களை எண்ணிப் பார்த்தால் வயது தெரியும். இந்த மரத்தின் வயது தெரியுமா? 400 வருடம். 400

வயது மரத்தை வெட்டிவிட்டார்கள். இதைப்போல இன்னொரு மரம் கிடைக்க நாம் 400 வருடம் காத்திருக்க வேண்டும். இதோ இந்த நடுப்புள்ளி இருக்கிறதே இதுதான் இது தோன்றிய காலம். அரசன் விமலதர்மசூரியா ஆண்ட காலம். 400 வருடங்களுக்கு முன்னர் கண்டியை ஆண்டவன். கிறிஸ்தவ சமயத்திலிருந்து புத்த சமயத்துக்கு மாறியவன். பெரிய படையோடு வந்த போர்த்துக் கீசியரைத் தன் சிறிய படையைத் திரட்டி தந்திரத்தால் துவம்சம் செய்தவன். அவன் காலத்தில் தோன்றிய மரம் இது. இதோ இந்தப் புள்ளியில் இலங்கையின் கடைசி அரசன் சிறீ விக்கிரம ராஜசிங்கன் வேலூர் சிறையில் இறந்தான். இந்தப் புள்ளியில் இலங்கை சுதந்திரம் அடைந்தது.' இப்படியே சொல்லிக்கொண்டு போனான்.

'அவ்வளவு நிச்சயமாகச் சொல்ல முடியுமா?' 'முடியும். அத்துடன் இன்னும் ஒன்று. இந்த மரம் அரிதானது. கடைசிக் கணக்கெடுப்பில் 40 மரங்கள்தான் இருந்தன. அதிலே ஒன்றை இன்று வெட்டிவிட்டார்கள். அதுதான் எனக்கு வருத்தமாயிருக் கிறது. மரங்களை அழித்து வரும் காசில் வாழ்வது வெட்க மாயிருக்கிறது. நான் வேலையை விடப்போகிறேன்.' 'நீ வேலையை விடமாட்டாய். மரங்களை அளவுக்கு அதிகமாக நேசிக்கிறாய். அவற்றின் அருகாமை உனக்குத் தேவை.'

அவன் சொன்ன மாதிரி சோமபாலா வேலையை விட்டு விட்டான் என்று நினைத்தேன். ஒருநாள் காலை வருகை அட்டை யுடன் எனக்கு முன்னால் நின்றான். 'என்ன மறுபடியுமா?' என்றேன். அவனுக்குக் கோபம் வந்துவிட்டது. அவன் அப்படிப் பேசியதே இல்லை. 'நான் என்ன குழந்தைப் பிள்ளையா? திருப்பித் திருப்பிச் சொல்லி என்ன பிரயோசனம். நான் பிந்தி வந்த காரணம் தெரியுமா? நானும் என் தகப்பனாரும்தான் வீட்டில். எனக்கு ஒருவித உதவியும் இல்லை. நான் வீட்டில் இல்லாத நேரத்தில் அவர் வெளியே போய்த் திரும்பிவர வழி தெரியாமல் தொலைந்துபோய்விடுகிறார். அவருக்கு மறதி வியாதி. நான் காலையில் அவரைக் கழுவி சாப்பாடு ஊட்டி கட்டிலில் படுக்க வைத்து, முழங்காலில் முத்தமிட்டுவிட்டு, கட்டிலோடு சேர்த்து அவரைக் கயிற்றினால் கட்டிவிட்டு வேலைக்கு வருகிறேன். சிலசமயம் கொஞ்சம் நேரம் பிந்திவிடுகிறது. நான் மாலை போய்த் தான் அவரை விடுதலை செய்கிறேன். மறுபடியும் அவரைக் கழுவி சாப்பாடு கொடுத்து முழங்காலில் முத்தமிட்டு அவரைத் தூங்க வைப்பேன். நான் பிந்தி வந்தால் தண்டனையாகக் கூலியைப் பிடித்துவிடுகிறீர்கள். இதிலே என்ன பெரிய நட்டம். நான் மெசின்

வேலையா செய்கிறேன். எனக்குக் கூட்டி அள்ளும் தொழில் தானே.'

அந்த நேரம் பார்த்து பிரியங்கா உள்ளே நுழைந்தாள். பொது மேலாளரின் காரியதரிசி. அங்கே வேலை செய்யும் ஒரே பெண். அவளுடைய உடை பழைய காலத்து ராணியின் ஆடைபோல காலையும் தாண்டி நீண்டிருந்ததால் நிலத்திலே அரைந்தது. சேற்றிலே நடப்பதுபோல காலைத் தூக்கித் தூக்கி வைத்து நடந்தாள். நான் பாடுபட்டு அச்சடித்த தாளைத் திருப்பித் தந்தாள். யூவோ அல்லது கேயோ தாளில் பதியவில்லை என்று மனேஜர் சுட்டிக் காட்டியிருப்பார். 'டைப்ரைட்டர் பழுதுபட்டுக் கிடக்கிறது' என்றேன். அவள் ஒன்றுமே பேசாமல் கண்களை எறிந்து கூரையைப் பார்த்து நாடகத்தனமாகச் சுழற்றிவிட்டுத் திரும்பினாள். நான் சோமபாலாவிடம் 'இந்தப் பெண்ணை உனக்குப் பின்னால் அழைத்துக்கொண்டு போ. அவளுடைய ஆடை நீ கூட்டவேண்டியதை எல்லாம் கூட்டிவிடும்.' என்றேன். சோமபாலா வயிற்றைப் பிடித்துக்கொண்டு குனிந்து குனிந்து சிரித்தான். சிரிக்கும்போதுகூட அவன் புஜங்கள் திரண்டன.

அறை மகிழ்ச்சியால் நிரம்பியதும் நான் கேட்டேன். 'உனக்கு உதவ யாருமே இல்லையா?' 'நான் ஏன் மற்றவர்களிடம் உதவி கேட்கவேண்டும். இது என் கடமையல்லவா? ஒரு மரத்தின் நடுதான் அதன் பலம். வைரமாகவிருக்கும். மரத்தின் மூத்த பகுதியும் அதுதான். ஆனால், மரத்துக்கு வேண்டிய உணவை அதனால் கடத்த முடியாது. மரத்தின் பட்டைகள்தான் உணவைக் கடத்தும் வேலையைச் செய்கின்றன. அந்தப் பகுதி இளையது. மனிதர்களும் அதுபோலத்தான். முதியவர்கள் குடும்பத்தின் பலம். இளையவர்கள்தான் வேண்டிய உணவைச் சம்பாதிக்கவேண்டும்.'

அதன் பின்னர் அவன் இரவு வேலைக்கு மாறிவிட்டதாகச் சொன்னார்கள். அவனைச் சந்திக்கும் சந்தர்ப்பமும் குறைந்து போனது. ஒருநாள் இரவு வேளையின்போது லொறியில் வந்த மரங்கள் கட்டு அறுந்து விழுந்து உருளத்தொடங்கின. பள்ளத்தில் அவை வேகம் பிடித்து ஓடியதை சோமபாலா கண்டான். அங்கே வேலைசெய்த ஆட்கள்மீது மரம் ஏறினால் ஒன்றிரண்டு பேர் சாவது நிச்சயம். சோமபாலா பாய்ந்து வந்து மரக்குத்தி ஒன்றைக் குறுக்காகத் தூக்கி எறிந்து விபத்தைத் தவிர்த்துவிட்டான். அடுத்த நாள் காலை அதுவே பேச்சாக இருந்தது.

அந்த வருசம் தொழிற்சாலை நடத்தும் வருடாந்த பரிசளிப்பு விழாவில் அவனுக்குப் பரிசு கிடைக்கும் என்று பேசிக் கொண்டார்கள். நானும் அப்படித்தான் நினைத்தேன். ஆட்களின்

உயிரை அல்லவா காப்பாற்றியிருந்தான். ஆனால், ஒரு பரிசும் கிடைக்கவில்லை. பொது மேலாளர் என்ன பேசினார் என்ற வதந்தி வெளியே உலாவியது. அவர் சொன்னாராம் 'அவனுக்குப் பரிசு கொடுப்பதிலும் பார்க்க ஒரு தமிழனுக்குக் கொடுக்கலாம்' என்று. 'நீ பரிசு எதிர்பார்த்தாயா?' என்று கேட்டேன். அவன் சொன்னான் 'மரம் உருளத் தொடங்கியபோது நான் ஓடிப்போய் நிறுத்தினேன். அந்த நேரம் பரிசு கிடைக்குமா என்றெல்லாம் யோசித்தது கிடையாது. அவர் அவருக்கு என்ன எழுதி வைத்திருக் கிறதோ அது அதுதான் நடக்கும்' என்றான். நான் ஒன்றுமே சொல்லவில்லை. 'நான் வேலையை விட்டுவிடப்போகிறேன்' என்றான். நான் திரும்பிப் பார்க்காமல் நடந்தேன்.

சோமபாலா வேலையை விடவில்லை. இரண்டு வாரம் கழித்து நான்தான் என் வேலையைத் துறந்தேன். சாமான்களைப் பயணப் பெட்டியில் அடுக்கிக்கொண்டு பஸ்ஸுக்குப் புறப்பட்ட போது, பாதி வழியில் சோமபாலாவிடம் சொல்லவேண்டும் என்று தோன்றியது. அவன் இரவு வேலையில் இருந்தான். தொழிற்சாலை இரவு நேரத்தில் முற்றிலும் வேறுமாதிரி காட்சியளித்தது. வாசலில் இரண்டு பெரிய வருகைப் பதிவு மணிக்கூடுகள் நின்றன. காலை நேரத்தில் தொழிலாளர்கள் வரிசையாக நின்று அடித்துப்பிடித்துக் கொண்டு தங்கள் நேரங்களை அட்டைகளில் பதியும் காட்சி நினைவுக்கு வந்தது. நான் சென்ற நேரம் அங்கே ஒருவரும் இல்லை.

சோமபாலாவைத் தேடிக்கொண்டு போனேன். வழக்கமான இடத்தில் அவனைக் காணவில்லை. மெசின்கள் காது செவிடாகும் ஒலியை எழுப்பின. கட்டடத்தின் ஒதுங்கிய சின்ன மூலையில் தனியாளாக அவன் வேலை செய்தான். என்னை நிமிர்ந்து பார்த்து விட்டு மறுபடியும் வேலையில் மூழ்கினான். 'உன்னைப் பழைய இடத்தில் தேடினேன்' என்றேன். என் முகத்தைப் பார்க்காமலே பதில் சொன்னான். 'பல மாதங்களையும், அபூர்வ மரங்களையும் வீணடித்துவிட்டார்கள். இப்பொழுது என்னிடம் வேலை வந்திருக் கிறது. பழைய கண்டி அரசர்கள் தங்கள் அரண்மனைகளை அலங் கரிப்பதற்கு விரும்பிப் பயன்படுத்தியது இந்த மரம்தான். இதன் பெயர் ஹுலான்ஹிக். எப்படியோ வெள்ளைக்காரனிடமிருந்து இது தப்பிவிட்டது. இதிலிருந்து எழும்பும் நறுமணம் அரண் மனையையே நிறைக்கும். கறுப்பு என்பது நிறமே இல்லை என் கிறார்கள் விஞ்ஞானிகள். மரத்தை மினுக்க மினுக்க அதன் மினு மினுப்பு கூடிக்கொண்டே போகும். இதைப்போல ஒளிவிடும் கறுப்பு மரம் உலகத்திலேயே கிடையாது.'

கைப்பிடியில் இரண்டு வாய் திறந்த சிங்கங்கள் தத்ரூபமாக நின்றன. கால்களும் பாய்வதற்குத் தயாரான சிங்கத்தின் கால்கள் போலவே அமைந்திருந்தன. ஒரு குழந்தைப் பிள்ளையை அரவணைப்பதுபோல மெதுவாக அந்தக் கைப்பிடிகளை மினுக்கினான். அது கறுப்பு ஒளியை வீசியது. அவன் வேலையில் ஆழ்ந்து போய் இருந்தான். கலை என்று வந்துவிட்டால் எல்லாம் மறந்து போகும் போலும். 'இதைப்போன்ற நார்வரிகளை எங்கேயும் பார்க்க முடியாது. அவற்றின் உள் அணுத்துகள்களின் ஒழுங்கமைதி அற்புதமானது. மரங்களின் அரசன் இதுதான்.'

'சிம்மாசனமா செய்கிறாய்?'

எங்குமே பார்க்காத ஒரு பார்வை அவனுக்கு வந்தது. 'நான் நாற்காலிதான் உருவாக்குகிறேன். ஒரு மன்னன் உட்கார்ந்தால்தான் அது சிம்மாசனம் ஆகும்.'

'நான் வேலையை விட்டுவிட்டேன். உன்னிடம் சொல்லி விட்டுப் போவதற்காகத்தான் வந்திருக்கிறேன்' என்றேன். அவன் ஒன்றுமே பேசவில்லை. குனிந்து மிகக் கவனமாக மினுக்கிக் கொண்டு இருந்தான். ஏதோ அவன் மூளையின் உள்ளே ஓடியது. ஆனால், சொல்லாக வடிவம் பெறவில்லை. அவனுக்குக் கிடைக்க வேண்டிய கூலியைத் தாறுமாறாக வெட்டிய ஒருவரிடம் என்ன பேச்சு என்று அவன் நினைத்திருக்கலாம்.

நான் கொழும்புக்குப் போகும் கடைசி பஸ்ஸைப் பிடித்தேன். மூன்று மணிநேரம் பயணம் செய்யவேண்டும். கட்டிலில் கட்டப்பட்டுக் கிடக்கும் கிழவர் ஒருவரின் ஞாபகம் மனதில் வந்தது. ஆறாம் ஜோர்ஜ் மன்னர் அமர்வதற்குத் தகுதியான உத்தமமான சிம்மாசனம் கறுத்து மினுங்கி உருவாகும் காட்சி தொடர்ந்தது. சிவப்பு மையில் நேரம் அச்சடித்த அட்டைகளை வைத்துக் கொண்டு வரிசையாக தொழிலாளர்கள் நிற்கும் காட்சி அடுத்து. தன்பாதை வெளிச்சத்தைத் தானே உண்டாக்கிக்கொண்டு பஸ் இருளை நோக்கி ஒளிக்கோடாக ஓடிக்கொண்டிருந்தது. ஒருவர் வாழ்நாளில் அருமையாகக் கிடைக்கும் என் நடுநிசி மணித்தியாலங்கள், தன் தகப்பனாரிலும் பார்க்க மரங்களை நேசிக்கும் ஒருவனைப்பற்றிச் சிந்திப்பதிலேயே கழிந்தது.

◻

வெள்ளிக்கிழமை இரவுகள்

ஏதோ காட்டு மிருகம் துரத்தியதுபோல உள்ளே பாய்ந்தாள் ஆகவி. பத்து வயதுதான் இருக்கும். அவளுடன் வந்த காற்றும் உள்ளே நுழைந்தது. புத்தகப் பையைக் கீழே எறிந்தாள். எதையோ தேடுவதுபோல இரண்டு பக்கமும் பார்த்தாள். பத்து மைல் தூரம் ஓடிவந்ததுபோல அவளுக்கு மேல்மூச்சு கீழ்மூச்சு வாங்கியது.

தாயார் சமையல் அறையில் இருந்து மெள்ள எட்டிப் பார்த்தார். ஒவ்வொரு வெள்ளிக்கிழமையும் இப்படி நடப்பதுதான். பள்ளியிலிருந்து வரும்போதே சண்டை பிடிக்க ஏதாவது காரணத்துடன் வருவாள். அகிலா தனியாகக் கனடாவுக்கு அகதியாக வந்தபோது நாலு மாதம் கர்ப்பம். ஐந்து மாதம் கழித்து ஆகவி பிறந்தாள். தாயாரின் ஒரே செல்லம். அவர் மடியில் தலைவைத்துப் படுக்க அகிலா முடியைக் கோதிவிட்டார். 'கோதாதே. என் தலையை இறுக்கி அழுத்து' என்று கத்தினாள். தாயார் மகளின் தலையை இரண்டு கைகளாலும் அமுத்திப் பிடித்தார். 'சரி, உன் பொய்களால் என் மண்டையை நிரப்பு' என்றாள் இவ்வளவு ஆவேசமாகவும் கோபமாகவும் ஆகவி பேசியதே இல்லை.

அகிலாவுக்கு மகளை எப்படிச் சமாளிப்பது என்று தெரியும். 'நீ முதலில் சாப்பிடு. பின்னர் யார் உனக்கு நான் பொய் பேசியதாகச் சொன்னார்கள்? அதைச் சொல்லு.' 'ஒல்லிப்பிச்சான் மைக் தான் சொன்னான்.' 'அவனுக்கு எப்படித் தெரியும்?' 'அவனுக்கு எல்லாம் தெரியும். அவனுக்கு இரண்டு அப்பாக்கள். இருவருமே விமானங்கள் திருத்துவார்கள்.' 'விமானம் திருத்தினால் அவர்களுக்கு எல்லாம் தெரியுமா? வேறு என்ன சொன்னான்.' 'என்னுடைய அப்பா ஓடிவிட்டாராம்,' 'அதற்கு நீ என்ன சொன்னாய்?' 'கழுதைப் பல், சதுரப் பல் என்று திட்டினேன்.' 'எதற்கு அப்படித் திட்டினாய்?' 'எனக்கு அதனிலும் மோசமான வசவு தெரியாதே.' 'அவன் என்ன சொன்னான்?' 'உன்னுடைய அம்மா உன்னை வீசிவிட்டு தொப்புள்கொடியை வைத்திருந்திருக்கலாம் என்றான்.' 'அப்படியா? நீ என்ன சொன்னாய்?' 'நீயே பார்வைக்கு

ஒரு தொப்புள்கொடி போலத்தானே இருக்கிறாய் என்றேன். அப்போது மணி அடித்துவிட்டது.'

வெள்ளிக்கிழமை இரவுகளை ஆகவியால் தாங்கமுடியாது; அகிலாவும் வெறுத்தாள். அவள் வேலை செய்யும் கம்பனியில் வாரத்தில் நான்கு நாட்கள் பகல் வேலை. வெள்ளிக்கிழமை மாத்திரம் இரவு வேலை. இரவிரவாக ஏற்றுமதிக்கு வேண்டிய பொருட்களைப் பெட்டிகளில் அடைத்துத் தயாராக்கவேண்டும். சனிக்கிழமை காலை அவற்றை ஏற்றிப்போக கனரக வண்டிகள் வந்துவிடும். வெள்ளிக்கிழமை இரவுகளில் ஆகவிக்கு உணவு கொடுத்து அவளைப் படுக்கவைத்துவிட்டு வேலைக்குப் புறப்படுவாள். படுக்கையில் இருந்து டிவி பார்த்தவாறு ஆகவி தூங்கி விடுவாள். அடுத்தநாள் காலை அவள் எழும்பும்போது அம்மா பக்கத்தில் இருப்பார்.

ஆகவியின் பள்ளிக்கூடத்தில் ஐந்து விதமான குடும்பப் பிள்ளைகள் படித்தார்கள். இரண்டு அம்மா உள்ள பிள்ளைகள். இரண்டு அப்பா உள்ள பிள்ளைகள். அப்பா, அம்மா இருவருமே உள்ள பிள்ளைகள். தனி அப்பா பிள்ளை; தனி அம்மா பிள்ளை. இரண்டு அப்பா அல்லது இரண்டு அம்மா அல்லது அம்மா, அப்பா உள்ள பிள்ளைகள் பெருமை அடித்துக்கொள்வார்கள். தனி அம்மா பிள்ளைகளை அவர்கள் கேலி செய்வார்கள். 'உன் அப்பா எங்கே? ஓடிவிட்டாரா?' என்று இவளைச் சீண்டுவதே அவர்கள் வேலை.

'எங்கே என் அப்பா?' என்று ஆகவி பலதடவை தாயாரிடம் சீறியிருக்கிறாள். சிலகாலமாகவே அவள் தாயாரை மதிப்பது கிடையாது. என்ன சொன்னாலும் அதற்கு ஒரு பதில் இருக்கும். அந்த வருடத்தில் மட்டும் அவள் பள்ளிக்கூடத்தில் 100 பென்சில்களைத் தொலைத்திருந்தாள். கேட்டால் 'தொலைந்துவிட்டது' என்று கத்துகிறாள். அவளுடன் படிக்கும் மற்றப் பிள்ளைகளும் இப்படித்தான் தொலைக்கிறார்களா? யாராவது பெரியவர்கள் 'நீ எப்படியம்மா இருக்கிறாய்?' என்று கேட்டால் இவள் 'நல்லாயிருக்கிறேன்' என்று பதில் சொல்வதில்லை. 'முழுதாயிருக்கிறேன்' என்கிறாள். 'சாப்பிட்டாயா?' என்று விசாரித்தால் ஆம் இல்லை என்று பதில் சொன்னால் போதும். ஆனால், இவள் பல்லை இளித்துக் காட்டிக்கொண்டு ஒன்றுமே பேசாமல் நிற்பாள்.

'எங்கே உன் பென்சில்?' என்றார் அகிலா.

'தொலைந்துவிட்டது.'

'எங்கே தொலைந்தது?'

'பென்சில் என்னிடம் சொல்லிவிட்டா போகும்? எப்படியோ தொலைந்துவிட்டது.'

'அது எப்படி ஒவ்வொரு நாளும் தொலைந்து போகும். உனக்குப் பென்சில் வாங்கிக் கொடுத்தே நான் ஏழையாகி விடுவேன்போல இருக்கிறதே?'

'இப்ப நாங்கள் பணக்காரர்களா?'

'இடக்காகப் பேசாதே. நான் ஒருத்தி உனக்காக இரவு பகலாக உழைக்கிறேன். சமைத்துப் போடுகிறேன். உன் உடுப்பைத் தோய்க்கிறேன். கொஞ்சம் பொறுப்பாக இரு மகளே. புரிகிறதா?'

'நீ சொன்னதில் எந்த வார்த்தையை நான் அகராதியைப் பார்த்துப் புரிந்துகொள்ள வேண்டும்?'.

இடியப்பத்துக்குக் குழைத்த மாவில் சின்ன உருண்டை செய்து அதைக் கையிலே உருட்டிக்கொண்டே ஆகவி மேசைக்கு அடியில் உட்கார்ந்து கதைப்புத்தகம் படித்தாள். அந்த ஓர் இடத்தில்தான் அவளுக்குத் தாயாரின் தொந்தரவு இல்லை. நீண்ட நேரமாகத் தயாரித்த புதுவிதமான சிற்றுண்டியை மேசைக்குக் கீழே குனிந்து மகளுக்கு நீட்டினாள் அகிலா. அதன் நிறத்தையும் வடிவத்தையும் பார்த்துவிட்டு ஆகவி வேண்டாம் என்றாள் 'சாப்பிட்டுப் பார், நல்லாயிருக்கும்'. 'நீ செய்வது ஒன்றுமே நல்லா யிராது.' 'இப்ப நீ ஆக மோசம். குழந்தையாய் இருந்தபோது பிரச்சினையே இல்லை.' 'என்ன சாப்பிட்டேன்?' 'என்னைத்தான்.' ஆகவி அதைக் கேட்டு விழுந்து விழுந்து சிரித்தாள். மேசைக்கு வெளியே வந்து தாயைச் சுற்றி சுற்றி ஓடினாள். 'நான் விட்ட மிச்ச உணவு, அம்மா, நான் விட்ட மிச்ச உணவு, அம்மா' அகிலா வுக்கும் சிரிப்பு வந்தது. ஆகவியுடன் தர்க்கம் செய்யவே முடியாது. அவள் யோசிப்பதே இல்லை. வாயைத் திறந்ததும் உள்ளேயிருந்து சொற்கள் வெளியே வந்து விழும்.

இத்தனை புத்திசாலியான பெண் தினமும் பென்சில்களை எப்படித் தொலைக்கிறாள்? அகிலாவுக்கு எரிச்சல் எரிச்சலாக வந்தது. அவளுடைய பள்ளிக்கூட ஆசிரியர் அவள் வேண்டு மென்றே தொலைக்கிறாள் என்றார். அவளுடன் படிக்கும் சக மாணவிகளுக்குக்கூட அந்த மர்மம் புரியவில்லை. மகளை மனநல மருத்துவரிடம் அழைத்துப் போனாள் அகிலா. மருத்துவர் இரு வரிடமும் கேள்விகள் கேட்டார். பின்னர் சிறுமியிடம் தனியாகப் பேசினார். 'ஆகவியின் உள்ளத்திலே அடி ஆழத்தில் ஏதோ இழப்பு

இருக்கிறது. அதைச் சரிக்கட்ட முயலுங்கள்' என்றார். அப்போது தான் அவளுக்கு அப்பா இல்லாத குறையாக இருக்கலாமோ என்ற சந்தேகம் அகிலாவுக்கு ஏற்பட்டது..

சில்வியாவைத் தொலைபேசியில் அழைத்தாள். அகிலா வுடன் படித்த சிநேகிதி அவள். பத்திரிகைத்துறையில் புலனாய்வுக் கட்டுரைகள் எழுதி கொழும்பில் பிரபலமாக இருந்தாள். அகிலா வின் அம்மா மாங்குளத்தில் இறந்தபோது போர்ச்சூழல் காரண மாக அகிலாவால் போக முடியவில்லை. சில்வியாதான் அகிலா வுக்காக இறுதிக் காரியங்களைச் செய்தாள். அவளுக்கு நடந்த சம்பவம் முழுக்கத் தெரியும். இரவிரவாக தப்பி வந்த அகிலா கொழும்பிலே அவளுடன் தங்குவதற்கும், பின்னர் கள்ளக் கடவுச் சீட்டில் கனடா போவதற்கும் உதவிசெய்தது சில்வியாதான். அவளிடம் விசயத்தைச் சொன்னபோது. 'பெயர் தெரியுமா?' என்றாள். அகிலா சொன்னாள் 'எப்படித் தெரியும்?' 'அவர்கள் பேசிக்கொண்டார்கள்.' 'வேறு ஏதாவது தகவல் உண்டா?' 'கொமாண்டோ படைப்பிரிவு மேஜர் ஜெயநாத்தின் தலைமையில் தான் தாக்குதல் தொடங்கியது.' 'இது போதும், கவலையை விடு' என்றார் சில்வியா.

இரண்டு மாதம் கழித்து நடு இரவில் சில்வியாவிடமிருந்து தொலைபேசி வந்தது. 'உடனே புறப்படு. கண்டுபிடித்துவிட்டேன்' என்றார். முகவரியை அவர் சொல்லச்சொல்ல அகிலா தினப் பத்திரிகையின் மூலையில் எழுதிக்கொண்டாள். இரண்டே நாளில் புறப்படுவதாக அகிலா சொன்னாள். 'விரைவுதான் முக்கியம். பல மாதங்களாகச் செய்த ஆராய்ச்சி கடைசியில் பலன் தந்திருக் கிறது. இதைத் தவறவிட்டால் இன்னொரு சந்தர்ப்பம் கிடைக்காது. உடனே வா.'

ஜூலை 9, 2010 வெள்ளிக்கிழமை அகிலாவும் மகளும் கொழும்புபோய் இறங்கினார்கள். மினுவாங்கொட கொழும்பி லிருந்து 35 கிலோமீட்டர் தூரம். அங்கிருந்து பல கி.மீட்டர்கள் உள்ளே உடுகம்பொல என்ற கிராமத்துக்குப் போகவேண்டும். முழுக்க முழுக்க சிங்களவர்கள் வாழும் பிரதேசம் என்றபடியால் அகிலாவுக்குச் சிறிது தயக்கம் இருந்தது. சில்வியா சிரித்தாள். 'ஞாபகம் இருக்கா? நீ கனடாவுக்குப் புறப்பட்டபோது இப்படித் தான் பயந்து செத்தாய். நான் சொன்னேன் '2000 வருடங்களுக்கு முன்னர் யேசுவைப் பெற்றெடுக்க மேரி பத்து நாட்கள் கழுதை மேல் பயணம் செய்யவில்லையா? நீ விமானத்தில்தானே பறக்கிறாய். உனக்கு என்ன பிரச்சினை?' இப்பொழுது பார். போர்

முடிந்துவிட்டது. ஒரு மணி நேரப் பயணம்தானே. பயமில்லாமல் போ. எனக்குத் தெரிந்த ஆட்டோ ஒன்றை ஏற்பாடு செய்திருக்கிறேன்' என்றார் சில்வியா.

ஆகவியால் பரவசத்தைத் தாளமுடியவில்லை. அவள் ஆட்டோவைக் கண்டது கிடையாது. தலையையும் பாதி உடம்பையும் வெளியே நீட்டி துடைத்து வைத்தது போன்ற வானத்தை அண்ணாந்து பார்த்தாள். வெளிச்சம் அலைஅலையாக வந்தது. மினுவாங்கொட தாண்டியதும் தார் ரோடு முடிந்து ஆட்டோ துள்ளத் தொடங்கியபோது ஆகவியும் சேர்ந்து துள்ளினாள். வீதியிலே கிடந்த பிளாஸ்டிக் பைகள் ஆட்டோவைத் துரத்தி வந்தன. ரோட்டோரத்தில் முளைத்த வாழைமரங்களில் முழு வாழைக்குலைகள் தொங்கின. ஆகவியால் நம்பவே முடியவில்லை. மாமரத்தில் போத்தல்கள் கயிறுகளில் ஆடின. கழுத்து மெலிந்த போத்தல்களுக்குள் பெரிய மாங்காய்கள் தொங்கின. 'இது எப்படி?' என்றாள் ஆகவி மேலும் வியப்புடன். 'உனக்குத் தான் எல்லாம் தெரியுமே. யோசி' என்றார் தாய். வான்கோழிகளை ஆகவி மேசையில் பார்த்திருந்தாள். ரோட்டோரத்தில் கண்டதில்லை. சின்னத் தலையும் பெரிய உடலுமாக அவை வீதிகளில் அசைந்து அசைந்து உலாவின. அவளுக்குச் சிரிப்பு சிரிப்பாக வந்தது. அவள் சின்ன மூளைக்குள் அத்தனை ஆச்சரியங்களை அடக்க முடியவில்லை. திடீரென்று 'எங்கே அம்மா போகிறோம்? பாட்டியின் சொந்தக்காரர் வீட்டுக்கா?' என்றாள்.

'கொஞ்சம் பொறு, என்ன அவசரம்? சொல்கிறேன். உன்னிடமிருந்து நான் நல்ல நடத்தை எதிர்பார்க்கிறேன். துப்புவது போல கதைக்காதே. உன் மூளையைப் பாவிப்பதை நிறுத்து. உன்னுடைய பெயர் என்ன என்று யாராவது கேட்டால் ஒரு நல்ல அடக்கமான கனடிய சிறுமிபோல ஆகவி என்று சொல்... பல்லை இளித்துக்கொண்டு நிற்காதே.' 'அது எல்லாம் சரி. நான் நல்ல பிள்ளையாக நடந்தால் எனக்கு என்ன தருவாய்?' 'என்ன தர வேண்டும்? நீ வகுப்பில் முதலாவதாக வந்தால் பரிசு கேட்கலாம். அல்லது நூறு மீட்டர் ஓட்டப் போட்டியில் திறமாகச் செய்தால் ஏதாவது தரலாம். நல்ல நடத்தைக்கு யாராவது பரிசு கொடுப்பார்களா?' 'ஓ, கடவுளே! என் வாழ்நாளே முடிந்தது. பத்தாயிரம் மைல்கள் பறந்து வந்தது என்னுடைய நல்ல பழக்கத்தைக் காட்டவா?' 'சரி, சரி. புலம்பாதே. இன்னும் சில நிமிடங்கள்தான். நீ என்றென்றைக்கும் மறக்கமுடியாத ஒரு நாளாக இது இருக்கும்.'

'நம்பமாட்டேன்.'

‘கம்பளிப்புழு வண்ணத்துப்பூச்சியாக மாறும் நாள். ஒரு முறை மாறியபின் அது மறுபடியும் கம்பளிப் புழுவாக முடியுமா?’

‘அது எப்படி? வண்ணத்துப்பூச்சி வண்ணத்துப்பூச்சிதான்.’

‘அதேதான். உன்னுடைய வாழ்விலும் அப்படியான ஒரு தருணம் இது.’.

‘நான் உரு மாறப் போகிறேனா?’

‘மக்கு, மக்கு’ என்று அகிலா அவள் தலையில் செல்லமாகக் குட்டினாள்.

அகிலாவுக்குக் கொஞ்சம் சிங்களம் தெரியும். என்ன பேச வேண்டும் என்பதை மனதுக்குள் அடுக்கிக்கொண்டாள். அந்த வீதியில் எல்லாமே மூன்று, நான்கு அறை கொண்ட வீடுகள். அஸ்பெஸ்டஸ் கூரைகள். பூக்கன்றுகள் நிரையாக நடப்பட்டிருந்தன. நல்ல பராமரிப்பு இருந்ததால் அந்தூரியம், கார்னேசன், ரோஜா, போர்கன்வில்லா போன்ற பூக்கள் பூத்துக் குலுங்கின.

சாரதி வழியில் போன ஒருவரிடம் சிறீபாலா என்று விசாரித்தார். அவர் ஒரு வீட்டைச் சுட்டிக்காட்டிவிட்டுச் சென்றார். ‘ஒரு சாதாரண ராணுவச் சிப்பாயின் வீடு இத்தனை பெரிதா?’ என்று அகிலா நினைத்தார். சாரதியைக் காத்திருக்கச் சொல்லிவிட்டு ஆகவியைக் கையிலே பிடித்துக்கொண்டு முன்னேறினார். அழைப்பு மணியை அடித்ததும் ஒரு பெண் வந்து கதவைத் திறந்தார். வீட்டு உடையில் இருந்தார். 14 சைஸ் உடம்பை 12 சைஸ் உடைக்குள் நுழைத்திருந்ததால் சதை கொஞ்சம் பிதுங்கியது. ஆனால், மலர்ந்த முகம். கழுத்திலே தடித்த சங்கிலிகள். இரண்டு கைகளிலும் முழங்கைவரை காப்புகள். முப்பது வயதுக்குள்தான் இருக்கும். ‘யார் வேண்டும்?’ என்று தயக்கத்துடன் கேட்டார். ‘சிறீபாலா’ என்று அகிலா சொல்ல ‘ஆ! வாருங்கள் உள்ளே’ என்று அரைப் புன்னகையுடன் வரவேற்றார். அவர் வாய் அப்படிச் சொன்னாலும் முகத்திலே கொஞ்சம் கலவரம் கிடந்தது.

‘என் பெயர் அகிலா. நான் கனடாவிலிருந்து வருகிறேன். இது என் மகள் ஆகவி’ என்றார். அந்தப் பெண் ஒன்றுமே புரியாமல் மிரள மிரளப் பார்த்தார். சத்தம் கேட்டு உள்ளேயிருந்து ஒரு சிறுமி ஓடிவந்தாள். அவளைக் கண்டதும் அகிலாவுக்கும் ஆகவிக்கும் ஒரே அதிர்ச்சி. கண்ணாடி உருவம் போல அந்தச் சிறுமி ஆகவியைப் போலவே அச்சாக இருந்தாள். அதே உயரம், அதே சுருட்டை முடி, அதே நீட்டு கண்கள். ‘இவள் என் மகள், அசுந்தா. ஏதாவது குடிக்கிறீர்களா?’ என்றார். ‘தண்ணீர் மாத்திரம்’

என்றார் அகிலா. 'அவர் லீவிலே வந்து நிற்கிறார். இன்னும் இரண்டு நாளில் திரும்ப வேண்டும். சந்தையிலிருந்து இதோ இப்போது வந்துவிடுவார்' என்று கூறியபடியே சமையலறையை நோக்கி நடந்தார். ஆகவியும் சிறுமியும் ஒருவரை ஒருவர் திகைப் புடன் பார்த்தபடி நின்றனர். சிறீபாலாவின் மனைவி சமையலறை யிலிருந்து தண்ணீருடன் திரும்பிய அதே நேரத்தில் சைக்கிளில் வந்து சாவதானமாகக் குதித்தான் சிறீபாலா. மீன், மரக்கறி ஆகிய சாமான்களைப் பையிலே காவிக்கொண்டு வீட்டுக்குள் சிரித்தபடி காலடி வைத்தான். அந்தக் கணத்திலிருந்து அவனுடைய வாழ்க்கை மாறப்போகிறது அவனுக்குத் தெரியாது.

அகிலா எழுந்து நின்றாள். அகிலாவையும் ஆகவியையும் கண்டு திடுக்கிட்டுப்போய் ஓர் அடி பின்வாங்கினான். ஆகவி யைப் பார்த்து பின் தன் மகளைப் பார்த்தான். அவனுக்கு ஒன்றுமே புரியவில்லை. அவனுடைய மனைவி பிரமை பிடித்துப் போய் நின்றாள். ஏதோ கெட்ட ஆவி நுழைந்துவிட்டது என்ற எண்ணம் அவனுக்குள் எழுந்தது.

அகிலா சிறீபாலாவைப் பார்த்தாள். அதே முகம்; அதே உடைந்த பல். அவன் சிரிப்பு தலைகீழாக வந்தது. எதைச் சொல் வது, எதை உள்ளே வைப்பது என்பதைத் தீர்மானித்துக்கொண்டு துண்டு துண்டாகப் பேசினாள். 'ஜெயசிக்குறு போர் நடவடிக்கை. 21 நவம்பர் 1997. வெள்ளிக்கிழமை. மாங்குளம். இரவு ஒரு மணி. ராணுவ வாகனத்தில் உன் கூட்டாளியுடன் வந்திறங்கி என் வீட்டுக் கதவை உடைத்தாய். என் அம்மாவின் தலையில் உன் சிநேகிதன் துப்பாக்கிக் கட்டையால் இடித்தான். இது உன் மகள். பெயர் ஆகவி. இவளுடைய அப்பாவைக் காட்ட கனடாவில் இருந்து வந்திருக்கிறேன்.' சிறீபாலாவின் மனைவி ஈரச் சேலை கொடியறுந்து விழுந்ததுபோல சத்தமாக நிலத்தை அறைந்து விழுந்தாள். தண்ணீர் சிதறியது. சிறீபாலா சற்று வாயைத் திறந்த படி வெலவெலத்துப்போய் அப்படியே நின்றான்.

ஆகவியின் கையைப் பிடித்து இழுத்தபடி அகிலா ஓடிப்போய் காத்திருந்த ஆட்டோவில் ஏறினாள். சாரதி சீப்பினால் தலையை வாரிக்கொண்டு நின்றான். 'சீக்கிரம், சீக்கிரம்' என்றாள். ஆகவிக்கு அவர்கள் பேசியது ஒன்றுமே புரியவில்லை. என்ன நடந்தது என்பதை அவளுடைய சின்ன மூளை கிரகிக்கவில்லை. ஆட்டோ நகரத் தொடங்கியதும் ஏதோ பெரிய இக்கட்டிலிருந்து அவர்கள் தப்பி ஓடுவது அவளுக்குத் தெரிந்தது. அம்மாவின் முகத்தைப் பார்த்தாள். உணர்ச்சிப் பெருக்கில் அது நனைந்து

வேறு யாருடைய முகமாகவோ மாறிவிட்டது. 'நான் நல்ல பிள்ளை யாக நடந்தேனா? அது யார்? என் பெயரை ஏன் சிங்களத்தில் சொல்லவில்லை?' என்றாள் ஆகவி.

அகிலா அவளைக் கட்டிப்பிடித்து முத்தமிட்ட பின்னர் சொன்னார். 'அவனுடைய பெயர் சிறீபாலா. அவன்தான் உன்னுடைய அப்பா. அவன் முகத்தை உன் நினைவில் அழுத்தமாகப் பதிவு செய். இதுதான் கடைசி. இனிமேல் நீ அவனைப் பார்க்கவே போவதில்லை.'

'அப்ப அசுந்தா? அவளுக்கு அம்மா, அப்பா யார்?'

'இன்றிலிருந்து அசுந்தா தனி அம்மா பிள்ளை.'

'என்னைப்போலவா?'

'உன்னைப்போலவேதான்.'

◻

சிப்பாயும் போராளியும்

ராணுவவீரன் போராளியின் தலையில் குறிவைத்து கைத்துப்பாக்கியின் விசையை இழுத்தான். அது வெடிக்கவில்லை. பின்னுக்குக் கைகள் கட்டப்பட்ட நிலையில் போராளி முழங் காலிட்டிருந்தான். துப்பாக்கி சுடாதபோது தலையை உயர்த்தி சிப்பாயைச் சினத்துடன் பார்த்தான். அவன் பார்வையில் ஏளனம் இருந்தது. 'என்ன, மறுபடியும் உன் துப்பாக்கி வேலை செய்ய வில்லையா? உன்னுடைய ராணுவ அதிகாரிகள் உடைந்துபோன துப்பாக்கிகளையா சிப்பாய்களுக்குக் கொடுப்பார்கள்? அல்லது உன்னைப்போல உதவாக்கரைகளுக்குப் பழுதான துப்பாக்கிகள் போதுமென்று நினைத்தார்களா?'

சிப்பாய்க்குக் கோபம் வந்தது. 'உன்னுடைய புத்தி கட்டை யானது; ஆனால், வாய் நீளமோ அளக்க முடியாதது. இந்தத் துப்பாக்கியைத் திருத்தியவுடன் குண்டு உன் வாய்க்குள்ளால் பாயும். அதுவரைக்கும் பொறுமையாக இரு' என்றான் சிப்பாய். அவனுக்கு வயது இருபதுக்குள் இருக்கும். தலைமுடி ஒட்ட வெட்டி இருந்தது. சலவை செய்த ராணுவ உடை கச்சிதமாக அவன் உடலில் பொருந்தியிருந்தது. மூன்று நேரமும் சாப்பிட்ட செழிப்பான முகம். சுறுசுறுப்பான கைகள். ரிவால்வரைத் திறந்து அதைச் சரி செய்ய முயன்றான்.

போராளிக்கு நடுத்தர வயது இருக்கும். மெல்லிய தாடியில் ஒன்றிரண்டு நரைமுடி காணக்கூடியதாக இருந்தது. முழங் கால்களில் அவன் உட்கார்ந்திருந்தபோதும் அவன் உயரமானவன் என்று ஊகிக்கமுடியும். தலைமயிர் கலைந்து சிக்குப்பட்டுக் கிடந்தது. பட்டினியால் மெலிந்த உடம்பு. சாப்பிட்டு இரண்டு நாட்கள் இருக்கலாம். தூக்கத்தில் பாதியில் எழுப்பப்பட்டவன் போல களைப்பாகக் காணப்பட்டான். ஆனால், கண்களில் பயம் கிடையாது. அவை இரண்டு பக்கமும் சுழன்றுகொண்டிருந்தன.

போராளி சொன்னான். 'நீ துப்பாக்கியைச் சரி செய்யும் வரைக்கும் என்னால் காத்திருக்க முடியாது. போ, உன் ராணுவ

அதிகாரிகளிடம் கேட்டு இன்னொரு துப்பாக்கி கொண்டு வா. ஆயுள் முடிந்த துப்பாக்கியால் என் ஆயுளை முடிக்கப் பார்க்கிறாய். இந்தத் துப்பாக்கியால் மரணம் ஏற்படுவது எனக்கு அவமானகரமானது. துருப்பிடிக்காத நல்ல துப்பாக்கி கிடையாதா? எனக்கு இப்படி இறப்பது சம்மதமில்லை.'

'உன் சம்மதத்தை யார் கேட்டார்கள்? ராணுவம் போய் விட்டது. இந்தக் காட்டில் நீயும் நானும்தான். நீதான் இன்று என்னுடைய இரை. இந்தத் துப்பாக்கிதான் உன் உயிரைக் குடிக்கும். குண்டு துளைத்து நீ சாவாய் என்று நான் திட்டமாகச் சொல்லமாட்டேன். வௌவால் செட்டைகளில் தெரியும் எலும்புகள்போல உன் உடம்பில் தூக்கி நிற்கும் எலும்புகளை ஒவ்வொன்றாக என் துப்பாக்கியால் உடைப்பேன். முதலில் கன்ன எலும்புகள். அவைதான் உடைக்க லேசானவை. அடுத்து விலா எலும்புகள். விலாவின் கடைசி கீழ் எலும்புகள் தொடுக்கப்படாமல் தொங்கிக்கொண்டு நிற்கும். ஆதாமின் உடம்பிலிருந்து கடவுள் முறித்தெடுத்ததுபோல நான் அவற்றை உடைத்தெறிவேன். விரைவில் துப்பாக்கி வேலை செய்யவேண்டும் என்று நீ பிரார்த்தித்துக்கொள்.'

'உன்னைப்போல அனுபவமில்லாத, புத்தியில்லாத, பச்சை சிப்பாயை அனுப்பியிருக்கிறார்கள். என்னைப்போலத் தேர்ந்த போராளியைக் கொல்வதற்கு நேரத்தை வீணடிக்காதே. துப்பாக்கியை அடிக்கடி திறந்து மூடினால் அது வேலை செய்யத் தொடங்குமா? இதுதான் உன் ராணுவப் பயிற்சிப் பள்ளியில் உனக்குச் சொல்லித் தந்ததா? இனிமேலும் உன்னை நம்பி இருக்க முடியாது. நீ என்னை இன்றைக்குக் கொல்லப்போவதே இல்லை.'

'சரி, இத்தனை அவசரப்படுகிறாய். உன்னைக் காக்க வைக்கக் கூடாது. நீ இந்தப் பூலோகத்தில் சாதித்ததைக் காட்டிலும் இறந்து முடிந்ததும் அதிகமாகச் சாதிப்பாய். நீ இறந்த பின்னர் உன்னை இங்கேயே விட்டுவிட்டுப் போவேன். புதைக்கமாட்டேன். நாலு கல்லைப் பெயர்த்து அடையாளமாக வைக்க மாட்டேன். உன் மரணத்தைக் கொண்டாட யாருமே இருக்க மாட்டார்கள். உன் உடலை ஓநாயும் நரியும் கழுகும் பிய்த்துப் பிய்த்து உண்ணும். மீதியை காகம் வந்து தோண்டியெடுக்கும். அதிலே மிஞ்சிய சதைத் துணுக்குகளை எறும்புகளும் பூச்சிகளும் புழுக்களும் தின்னும். உன் எலும்புகள் வெண்ணிறமாக மாறி ஒளிவிடும். காற்று எலும்புத் துண்டுகளை எற்றி விளையாடும். உனக்கு எத்தனை வயசு?'

'நாற்பது.'

'நாற்பதா? பார், நாற்பது வருடம் வாழ்ந்த நீ இன்று சாகப் போகிறாய். உன் மரணத்துக்கு உன் பாதி வயதான நான் காரண மாக இருக்கிறேன். எத்தனை பரிதாபம். உன் வாழ்க்கையின் அர்த்தம் என்ன? என்ன சாதித்தாய்? உனக்குக் குடும்பம் இருக் கிறதா? அவர்களுக்கு நீ இறந்துபோன செய்திகூடப் போய்ச் சேராதே!'

'இருக்கிறது. உன்னைப்போல ஒரு மகனும் இருக்கிறான். உன்னளவு உயரம். உன்னளவு பருமன். எடையும் ஏறக்குறைய அப்படியேதான் இருக்கும். உன் கண்களைப்போல அவனுடைய கண்களும் பழுப்பு நிறம்தான். ஆனால், உன் தலைமுடி ஒட்ட வெட்டியிருக்கிறது. அவனுடையது அடர்த்தியாக சடைத்து வளர்ந்திருக்கும். அவன் அதை எண்ணெய் பூசி அழகாக அழுத்தி வாரி விட்டிருப்பான்.'

'அவனை எப்போது கடைசியாகப் பார்த்தாய்?'

'இரண்டு வருடம் இருக்கும். ராணுவத்தின் குண்டு வீச்சில் அவர்கள் புலம்பெயர்ந்து வேறு கிராமத்துக்குப் போய் விட்டார்கள். எங்கேயோ உயிருடன் இருப்பார்கள் என்றுதான் நினைக்கிறேன்.'

'அவர்களைப் பார்க்க உனக்கு விருப்பமில்லையா?'

'விருப்பம் என்று சொன்னால் நீ என்னைக் கொல்லாமல் விட்டுவிடுவாயா? ஒரு பழுதடைந்த துப்பாக்கியை வைத்துக் கொண்டு என்னைக் கொல்லப் போவதாக மிரட்டுகிறாய். என்னைக் கொல்வதால் உனக்கு என்ன பயன்? அடுத்த நாள் உன் ராணுவத்துக்கு வெற்றி கிட்டிவிடுமா? போரை நிறுத்திவிடு வார்களா? என்னைப்போல எத்தனை போராளிகள் இருக் கிறார்கள். அவர்கள் அத்தனை பேரையும் நீ தேடித்தேடிக் கொல் வாயா? இந்த வயதுக்குள் நீ இதுவரை எத்தனை கொலைகள் செய்திருப்பாய். உன் எதிரிகள் எதற்காகப் போரிடுகிறார்கள் என்றாவது யோசித்துப் பார்த்திருக்கிறாயா? அவர்களுக்குக் குடும்பம் மேல் பற்றில்லையா? பெண்சாதி, பிள்ளைகள் வாழ வேண்டும் என்று ஆசைப்படமாட்டார்களா? ஆனாலும் எதற்காக மரணத்தைக் கண்டு அஞ்சாமல் போர் புரிகிறார்கள். அவர்களுக்கு எங்கிருந்து அந்த வெறி வருகிறது? அடிமைகளாக வாழ அவர் களுக்குப் பிடிக்கவில்லை. உலகத்தில் பிறந்த எந்த மிருகத்துக்கும் பறவைக்கும் சுதந்திரம் வேண்டியதாய் இருக்கிறது. ஒரு புழுவுக்குக் கூட சுதந்திரம் தேவை. அப்படியிருக்க மனிதன் சுதந்திரத்துக்குப் போராடுவதில் என்ன தப்பு இருக்கிறது. அதை யோசித்துப் பார்த்திருக்கிறாயா?'

'நான் என்னுடைய நாட்டுக்காகப் போராடுகிறேன்.'

'உன்னுடைய நாடா? அதிலே எனக்கு எங்கே இடமிருக் கிறது. எனக்கு விடுதலை வேண்டும் என்று போராடுவது குற்றமா. அதற்காக ஓர் ஓட்டைத் துப்பாக்கியால் என்னைச் சுட்டுவிடப் போகிறாயா?'

'நான் தேசப்பற்றைப் பற்றிப் பேசுகிறேன். நீ அதை இழிவாக நினைக்கிறாய்.'

'தேசப்பற்றா? உனக்கா? சம்பளம் வாங்கிக்கொண்டு நீ கொலைத் தொழில் செய்கிறாய். நீ மணமுடித்து நாலு பிள்ளைகள் பெற்ற பின்னர் ஓய்வாக இருக்கும் ஒரு வேளையில் உன் பிள்ளை களை அழைத்து பக்கத்தில் வைத்துக்கொண்டு நீ ஒருகாலத்தில் கொலைத் தொழில் செய்தாய் என்று சொல்லிப் பெருமைப்பட்டுக் கொள். ராணுவ வாழ்க்கையில் எத்தனை பேரைக் கொன்றாய் என்று கணக்கு வைத்திரு. உன் சுயசரிதையை எழுதும்போது பயன்படும். நாடு உன்னைப் பாராட்டும். ஒரு தனிக் காட்டில் நாற்பது வயதுப் போராளியைக் கைகளைப் பின்னே கட்டிவிட்டு முழங்காலில் உட்காரவைத்து 10 அடி தூரத்தில் அவனைச் சுட்டு வீழ்த்தினாய் என்று சொல்ல மறக்காதே. அவனுக்கு ஒரு மனைவி யும் 18 வயது மகனும் இருந்தார்கள் என்பதையும் சொல்லு. அவனுடைய உடலைக் காட்டு விலங்குகளுக்கு எறிந்துவிட்டுப் போனதையும் சொன்னால் உன் மதிப்பு கூடும்.'

'உனக்கு வாழும் ஆசை வந்துவிட்டது. நீ என் மனதை மாற்றப் பார்க்கிறாய்.'

'உன்னுடைய மனதை நான் எப்படி மாற்ற முடியும். மனிதன் ஒரு லட்சியத்துக்கு வாழவேண்டும். அது முடியாவிட்டால் ஒரு லட்சியத்துக்காகச் சாகவேண்டும். நீ ஒரு கொள்கைக்காகவோ லட்சியத்துக்காகவோ போராடவில்லையே. பணத்துக்காகத்தானே கொலைத்தொழில் செய்கிறாய். என்னிடம் போதிய பணம் இருந்தால் நான் உன்னிடம் தருவேன். நீ என்னை விடுதலை செய்வாய். ஏனெனில் நீ பணத்துக்காகக் கொலை செய்பவன். அதே பணத்துக்காகக் கொலை செய்யாமலும் விடுவாய்.'

'நீ புலம்பிக்கொண்டே இரு. நான் துப்பாக்கியைச் சரி செய்துவிடுகிறேன். அதன் பின்னர் உன் பேச்சு துப்பாக்கியுடன் தொடரட்டும்.'

'உனக்குத் துப்பாக்கிபற்றி ஒன்றுமே தெரியாது. அதன் தொழில்நுட்பம் உனக்குப் புரிபடவில்லை. நீ துப்பாக்கியைப்

பிடித்த விதம், குறிவைத்த பாங்கு, விசையை அழுத்திய வேகம், அதைத் திறந்து பின்னர் மூடியது எல்லாவற்றையும் நான் அவதானித்தபடியே இருந்தேன். எனக்குத் துப்பாக்கியில் 20 வருட அனுபவம் உண்டு. நான் முதல் துப்பாக்கியைத் தூக்கி குறி பார்த்த போது நீ பிறக்கக்கூட இல்லை. அதைக் கொடு. நான் நிமிடத்தில் திருத்தித் தருகிறேன். பின்னர் நீ என்னைச் சுடலாம்.'

'நல்லது. இந்தக் காட்டில் ஒரேயொரு புத்திமான் இருக் கிறார். அது நீதான். உன்னுடைய கட்டை அவிழ்த்துவிட்டு நான் உன்னிடம் துப்பாக்கியைத் தரவேண்டும். நீ அதைத் திருத்திவிட்டு என்னிடம் தருவாய். நான் உன்னைச் சுடுவேன். அப்படித்தானே.'

'வெடிக்காத துப்பாக்கியால் நீ எப்படி என்னைச் சுடுவாய். அது உன்னிடம் இருந்தாலும் என்னிடம் இருந்தாலும் ஒன்றுதான். நேரம் நாலு மணியாகிவிட்டது. காட்டிலே சீக்கிரம் இருட்டிவிடும். நீ துப்பாக்கியைத் திருத்தி என்னைச் சுட்டாலும் திரும்பி உன் ராணுவ முகாமுக்கு உன்னால் போகமுடியாது. காட்டிலே பாதை தவறி சுற்றிச் சுற்றி வருவாய். நீயும் மிருகங்களுக்கு இரையாவாய். என் மகன் போலவே இருக்கிறாய், இன்று ஒரு சாவு போதும். நீ என்னை விரைவில் சுட்டுவிட்டுப் புறப்படு.'

'இந்த விசையைப் பார். எப்படி இழுத்து விட்டாலும் இங்கே ஒரு சிறு தடங்கல் ஏற்படுகிறது. இதை நிமிர்த்திவிட்டால் சரியாகிவிடும். கொஞ்சம் பொறுமையாக இரு. ஒரு கல்லைப் பொறுக்கி வந்து இதைச் சரி பண்ணிவிடுகிறேன். உன்னை இத்தனை நேரம் காக்க வைத்ததற்கு என்னை மன்னித்துவிடு.'

'பரவாயில்லை. நீ மரியாதை தெரிந்தவனாக இருக்கிறாய். நல்ல குடும்பப் பின்னணி என்பது தெரிகிறது. உனக்கு மணமாகி விட்டதா?'

'இல்லை. என் தாயாருக்கு நானும் என் தங்கையும்தான். அவள் படிக்கிறாள். மிகப்பெரிய படிப்புக்காரி. நிச்சயமாக ஒரு விஞ்ஞானியாகவோ பேராசிரியராகவோ வருவாள். எனக்குப் படிப்பு பெரிதாக ஓடவில்லை.'

'அதுதான் ராணுவத்தில் சேர்ந்தாயோ?'

'உண்மையான காரணம் வறுமைதான். எங்களுக்கு அப்பா இல்லை. ஆகவே நான் ஏதாவது வருமானம் தேடவேண்டியதாகி விட்டது. ஆனால், அந்தப் பிரச்சினை விரைவில் தீர்ந்துவிடும். அடுத்த வாரம் எனக்கு லீவு கிடைக்கிறது. நான் மகிழ்ச்சியாயிருக் கிறேன். என் அம்மாவின் திருமணத்துக்கு நான் போகவேண்டும்.'

அ. முத்துலிங்கம் ♦ 37

'அம்மாவின் திருமணம் பற்றி இத்தனை மகிழ்ச்சியாகச் சொல்கிறாயே. உனக்குத் திருமணம் என்றல்லவா நான் நினைத்தேன். அம்மாவை உனக்கு நிரம்பப் பிடிக்குமோ?'

'இது என்ன கேள்வி? அம்மாதானே எனக்கு உயிர் கொடுத்தவர். பிடிக்காமல் இருக்குமா? சமீபத்தில் ஒரு சம்பவம் நடந்தது. ஒரு கிராமத்தை நாங்கள் முற்றுகையிட்டு சுற்றி வளைத்தோம். போராளிகள் சிலர் தப்பி ஓடினர். சிலர் சரணடைந்தார்கள். பல உடல்கள் சிதறிப்போய்க் கிடந்தன. ஆடு ஒன்று நடுவீதியில் துடிதுடித்து இறந்தது. ஓர் இளம் பெண் கை துண்டான குழந்தையைத் தூக்கிக்கொண்டு ஓடினாள். ஒரு கிழவர் குண்டு பட்டு கதறிக் கொண்டிருந்தார். அவருக்கு 90 வயது இருக்கும். அவரை ஒருவரும் கவனிப்பாரில்லை. 'அம்மா, அம்மா' என்று அலறினார். 90 வயதிலும் அவர் அம்மாவைத்தான் அழைத்தார். இரண்டு நூற்றாண்டுகளை அந்த அலறல் இணைத்தது. நான் என் அம்மாவை நினைத்துக்கொண்டேன்.'

'அம்மாவை யார்தான் மறக்கமுடியும். உனக்குத் திருமணம் எப்போ?'

'எனக்கு ஒரு காதலி இருக்கிறாள். சென்றமுறை நான் லீவில் போனபோது அவளுடைய தலை முடியை வாரி விட்டேன். ஒவ்வொரு ஆண்மகனும் ஒரு நாளாவது ஒரு பெண்ணின் முடியை வாரவேண்டும். அது சுகமான அனுபவம். நீ அப்படிச் செய்திருக்கிறாயா?'

'செய்யவில்லை. ஆனால், இந்த இக்கட்டிலிருந்து நான் தப்பும் பட்சத்தில் அதைத் தவறாமல் செய்துவிடுவேன். ஆனால், நீ கடமை தவறாத போர்வீரன். உனக்கு விதிக்கப்பட்ட கட்டளையை நீ நிச்சயம் நிறைவேற்றுவாய். நான் உன்னிடம் விடுதலை செய் என்று கெஞ்சமாட்டேன். அதுவும் உனக்குத் தெரிந்திருக்கும். உன் காதலிக்கு முடி நீளமா? கொஞ்சம் வர்ணி பார்க்கலாம்?'

'வேறு என்ன கேட்பாய்? சாகப்போகும் ஒருவன் என்ன என்ன கேட்பான் என்று ஒரு வரைமுறை இல்லையா?'

'இதிலே என்ன வரைமுறை? நீ உன் துப்பாக்கியை இப்போதைக்கு பழுதுபார்க்கப்போவதில்லை. ஏதாவது பேசினால் மனதுக்கு அமைதியாக இருக்கும். உன் காதலி அந்த மகிழ்ச்சியைத் தருவாள்.'

'நான் அவளை மிகவும் நேசிக்கிறேன். அவளை முழுவதுமாக என்னால் வர்ணிக்க முடியாது. 16 முக வைரத்தைப் பகுதி

பகுதியாகத்தான் பார்க்க முடியும். முழு வடிவத்தை ஒருவர் கற்பனையில்தான் உண்டாக்கிக் கண்டு மகிழவேண்டும். அப்படித்தான் அவளும். என் கைகளைப் பிடித்து முறுக்குவாள். நான் திரும்பும்போது என் முகத்தைப் பார்ப்பாள். தோள்கள் கொஞ்சம் முன்னுக்கு வளைந்திருக்கும். ஏக்கமான கண்கள். தண்ணீர்ப் பாம்புகள்போல கேசம் நீளமாகவும் ஈரமாகவும் பளபளப்பாகவும் தொங்கும். சிறிது சிறிதாகத்தான் சிரிப்பாள். நடக்கும்போது யாரோ அவளைத் திருகுவதுபோல இடம் வலமாக சுழன்றபடி நடப்பாள். அந்த இடம் அவளுக்குச் சொந்தமாகி விடும்.'

'அற்புதம். அற்புதம். நீ ஒரு கவிஞன். அழகு என்ற வார்த்தையைப் பயன்படுத்தாமல் உன் காதலி அழகானவள் என்பதைச் சொல்லிவிட்டாய். அவளுடைய உடையையோ, ஆபரணத்தையோ, ஒப்பனையையோ நீ வர்ணிக்கவில்லை. உண்மையான உன் காதல் வெளிப்பட்டது. இன்றிரவு நீ ராணுவ முகாமுக்குப் போன பின்னர் இரவு உணவு மேசையில் உட்கார்ந்து சுட்ட கிழங்கும் ரொட்டியும், வாட்டிய இறைச்சியும் சாப்பிடுவாய். புளித்த வைனைப் பருகுவாய். அப்போது அந்தப் பெண்ணை நினைப்பாய். என் நினைவும் உனக்கு வருமல்லவா?'

'உன்னை நம்புவது எனக்குக் கடினமாக இருக்கிறது. சாக வேண்டும் என்று துடிக்கிறாய். அதே சமயம் என் காதலியை வர்ணிக்கச் சொல்லிக் கேட்கிறாய். உன் தோற்றம் பரிதாபகரமானதாக இருக்கிறது. மெலிந்து களைத்துப்போய் காணப்படுகிறாய். ஆனால், புத்திசாலித்தனமாகப் பேசுகிறாய். உன் கண்களில் அச்சமே கிடையாது.'

'அச்சமா? அது போராளிகளுக்கு இல்லை. சாக்கிரட்டீஸ் கேள்விப்பட்டிருக்கிறாயா? கிரேக்க அறிஞர். அவர் சொன்னார்: 'உண்மையான வீரன் களத்திலிருந்து கடைசிவரை ஓடமாட்டான். தன் நிலையில் நின்று இறுதிவரை போர் புரிவான்.' அப்படித்தான் நாங்கள் போர் புரிந்தோம்.'

'எங்கே உன் போராளிக்குழு? எப்படித் தனியனாக மாட்டினாய்?'

'நான்தான் போராளிக் குழு. என் குழுவில் மிஞ்சியது நான் ஒருவன்தான். இரண்டுநாள் முன்னர் நடந்த போரில் நான் மட்டுமே உயிர் பிழைத்தேன். ஓர் இரவில் இருபது மைல் தூரம் ஓடிக் கடந்தேன்.'

'நம்பமுடியாது. 20 மைல் தூரமா? ஒரு விலங்குகூட அத்தனை தூரம் தாண்டமுடியாது.'

'அது உண்மை. மனிதன் மட்டும்தான் அப்படி ஓடலாம். உனக்குத் தெரியுமா விலங்குகளுடைய மூச்சும் காலடியும் தொடுக்கப்பட்டிருக்கிறது. ஒரு சிறுத்தையோ, நாயோ, யானையோ ஓடும்போது ஒவ்வொரு மூச்சுக்கும் ஒவ்வொரு பாய்ச்சல் பாயும். மனிதன் அப்படியல்ல. இரண்டு மூன்று பாய்ச்சலுக்கு ஒரு மூச்சு என்று ஓடுவான். அவனால் நெடுந்தூரம் ஓடமுடியும். நான் களைப்பில் ஒரு மரத்தின் கீழ் இளைப்பாறியபோது பிடிபட்டு விட்டேன். அவமானம். என் குழுவுடன் நானும் இறந்துபோயிருக்கலாம். உன்னிடம் ஒன்று கேட்கவேண்டும். என்னைக் கொல்வதற்கு எப்படி நீ தெரிவு செய்யப்பட்டாய்?'

'நான் படையில் சேர்ந்து ஒரு வருடமாகிவிட்டது. இன்னும் ஒருவரைக்கூட கொல்லவில்லை. மேஜர் எனக்கு இந்தக் கட்டளையை இட்டிருக்கிறார். நான் கடமையை நிறைவேற்றினால்தான் எனக்கு மதிப்பு. இதுதான் என்னுடைய முதல் கொலையாக இருக்கும்.'

'அப்படியா? சந்தோசம். எனக்கும் இதுதான் முதல் தடவை சாவது.'

'உனக்கு பயமே இல்லையா? அல்லது நடிக்கிறாயா?'

'நான் யாரைக் கொலை செய்கிறேனோ அவர்களால் எனக்கு நிம்மதி கிடைக்கிறது. யாரைக் கொலை செய்யாமல் விடுகிறேனோ அவர்களால் எனக்கு பயம் ஏற்படுகிறது. என் போர் வாழ்க்கையில் நான் கண்டது இதுதான். போரில் ஒருவரை ஒருவர் கொல்வதில் ஒரு தர்மம் இருக்கிறது. இருவரிடமும் ஆயுதம் உள்ளது. ஒன்றில் கொல். அல்லது கொல்லப்படு. இது வேறு. உன்னிடம் ஆயுதம் இருக்கிறது. என்னிடம் இல்லை. கைகளை வேறு கட்டிப் போட்டிருக்கிறாய். இந்தக் கொலையில் என்ன பெருமை? இதுவும் ஓர் எறும்பைக் கொல்வதும் ஒன்றுதான். வீரம் இல்லாத ஒருவனை உன்னுடைய மேஜர் வீரனாக்கப் பார்க்கிறார்.'

'வீரத்தைப்பற்றி இன்னும் சிறிது நேரத்தில் தெரிந்துவிடும். இந்தப் பாழாய்ப்போன துப்பாக்கி இடுக்கிக்கொண்டு நிற்கிறது. இதை உன்னால் பழுதுபார்க்க முடியுமா?"

'ஒரு நிமிடத்தில் திருத்திவிடுவேன். ஆனால், ஒரு நிபந்தனை. நீ சுடும்போது என்னைக் கருணையோடு பார்க்க வேண்டும்.

நான் முழங்காலில் நிற்கமாட்டேன். எந்த மண்ணுக்காக நாங்கள் போராடினோமோ அந்த மண்ணில் என் கால்கள் நிற்கவேண்டும். ஒரே குண்டில் என்னை நீ கொல்லவேண்டும்.'

'நீ என் எதிரி. உன்னை எப்படி நான் கருணையுடன் பார்ப்பேன்?'

'ஏன் முடியாது. நான் உன்னை என் மகன்போல பார்க்கிறேனே. போகப்போக உன் நடை பாவனை எல்லாம் என் மகனையே நினைவூட்டுகின்றன. அது சரி, உன் காதலியின் பெயர் என்ன சொன்னாய்?'

'நான் சொல்லவில்லையே. என் பெயரே உனக்குத் தெரியாது. காதலி பெயரை எப்படிச் சொல்லியிருப்பேன்?'

'சரி, உன் காதலியின் பெயரைச் சொல்.'

'இன்னும் சில நிமிடங்களில் சாகப்போகிறாய். என் காதலியின் பெயரைத் தெரிந்து என்ன பிரயோசனம்? சரி பரவாயில்லை. உனக்கு ஒன்று சொல்லுவேன். என் பெயரை மாற்றிப் போட்டால் காதலியின் பெயர் வந்துவிடும். இந்தப் புதிரை உடைக்க முயன்றபடியே நீ இறந்துபோகலாம். ஆ, விசை சரி வந்துவிட்டது.'

'சரி, சரி மகனே. மகிழ்ச்சி. மகிழ்ச்சி. நான் உன்னை 'மகனே' என்று அழைக்கலாமா?'

'அழை. அதனால் ஒரு மாற்றமும் வந்துவிடாது. நான் உன்னை அப்பா என்று அழைக்கவேண்டும் என எதிர்பார்க்காதே. சீக்கிரம். உன் கடைசி ஆசையைச் சொல்.'

'என் கட்டுகளை அவிழ்த்துவிடு. ஆ... மிக்க நன்றி மகனே. நான் நிலத்திலே காலைப் பதித்து உன்னையே பார்த்து நிற்கிறேன். என் நெஞ்சைக் குறி வை. என்னையே பார். உன் புதிரை நினைத்தபடியே நான் இறந்துபோகிறேன். கொஞ்சம் கருணையோடு பார்.'

'கருணையா?'

'யோசித்துப் பார். நான் உனக்கு ஒரு கெடுதலும் செய்யவில்லை. உன்னிடம் திருடினேனா? உன்னைக் காயப்படுத்தினேனா? உன் அம்மாவைத் தூற்றினேனா? உன் காதலியைக் கடத்தினேனா? நான் உன் எதிரியே அல்ல. உன் கண்களில் சிறிய அளவு கனிவைக் காட்டு.'

அ. முத்துலிங்கம் ♦ 41

'பேசாதே. போதும். என்னைக் கலங்க வைக்கிறாய். நேராக நில்.'

'இது என்ன நீ இடக்கைக்காரனா? உனக்கு மகாபாரதம் தெரியுமா? அதிலே வரும் அர்ச்சுனன் சுத்தமான வீரன். பெரிய வில்வித்தைக்காரன். அவனைக் கண்ணன் 'இடக்கை வீரா' என்று தான் அழைப்பான். உன்னைப் பார்த்தாலும் சுத்தவீரன் போலவே படுகிறது. இடக்கையால் உனக்குச் சுட வரும்தானே?'

'பேசாதே. பேசாதே. பேசாதே.'

'ஏன் உன் கை நடுங்குகிறது. பதறாதே. என் கண்களைப் பார். துப்பாக்கியின் குறி எங்கேயெல்லாமோ அலைகிறது. என் நெஞ்சுக்கு நேராகப் பிடித்துச் சுடு. மறுபடி வேலை செய்ய வில்லையா? விசையை இழு.'

'ஆ பறிக்காதே! என் துப்பாக்கியைத் தா. துப்பாக்கியைத் தா. என்னைச் சுட்டுவிட்டாயே, அப்பா.'

'முட்டாளே. என் மனைவியின் தலைமுடியை நான் வாரவேண்டும். நீ என் மகனா? செத்துப் போ. இது போர்.'

◻

சின்ன ஏ, பெரிய ஏ

'இன்னும் எவ்வளவு நேரம்?' என்றார். 'மூன்று நிமிடம்' என்றேன் நான். காசாளரிடம் சென்று பணத்தைக் கட்டிவிட்டு வந்தார். அவருக்கு அப்படி ஒன்றும் அவசரமில்லை. வீட்டிலே போய்க் கயிற்று ஏணையில் படுப்பதுதான் வேலை. அவ்வப்போது வருவார். இன்று 12 அடி நீளம், 6 அங்குலம் அகலம், 2 அங்குலம் தடிப்பான மரம் வேண்டுமென்றார். அவர் கொடுத்த அளவுக்கு மரத்தை வெட்டும்வரை காத்திருந்தார். 'இன்னும் எவ்வளவு நேரம்?' 'ஒரு நிமிடம்' என்றேன். மேற்கு ஆப்பிரிக்காவில் அட்லாண்டிக் சமுத்திரத்தைப் பார்த்திருக்கும் ஒரு சிறிய நாட்டில் இந்தச் சம்பாசணை நடந்தது.

அவருடைய பெயர் ஜோசப் மடிங்கோ. கழுத்தில் தொடங்கி கால்வரை நீண்ட அங்கி அணிந்திருந்தார். வயிறு முன்னுக்குக் கொஞ்சம் தள்ளிக்கொண்டு நிற்பதால் அவருடைய முன்பக்க உடை தூக்கி நின்றது. கால்களில் பிளாஸ்டிக் செருப்பு. தலையிலே மணிகள் வைத்து வண்ணவேலை செய்த தொப்பி. சிறிய கட்டட வேலைகளுக்கு ஒப்பந்தம் எடுப்பார். வீடுகளும், களஞ்சியங்களும் கட்டிக் கொடுப்பார். ஒன்றிரண்டு மரம் தேவைப்படும்போது வந்து வாங்குவார். அப்படித்தான் எங்களுக்குள் பழக்கம்.

ஒரு தள்ளுவண்டியில் அவரை நோக்கி மரம் வந்தது. இதை எப்படிக் கொண்டுபோவார் என நான் யோசித்தபோது அத்தனை நேரமும் நிலத்திலே குந்தியிருந்த ஒரு கறுத்த சிறுவன் எழுந்து நின்றான். அவனுக்கு 11 வயது இருக்கும். கிழிந்த அரைக்கால் சட்டை. புழுதி படிந்த சுருட்டை மயிர். இரண்டுபேர் மரப் பலகையைத் தூக்கி அவன் தலையில் வைத்தார்கள். கழுத்து அரை அங்குலம் கீழே இறங்கியது. மரத்தின் புவியீர்ப்பு மையம் தலையின் நடுவில் வரும்படி கொஞ்சம் சரி செய்தான். பையன் முன்னே நடக்க இவர் பின்னே தொடர்ந்தார். சட்டென்று திரும்பிய மடிங்கோ என்னிடம் ஓடிவந்து 'கட்டாயம் என்வீட்டுக்கு ஒரு முறை வரவேண்டும்' என்று அழைக்க மறக்கவில்லை. அது ஐந்தாவது அழைப்பு என்று நினைக்கிறேன்.

இரண்டு வாரம் போயிருக்கும். ஜோசப் மடிங்கோ தன் காரை ஓட்டிக்கொண்டு என் அலுவலகத்துக்கு வந்துவிட்டார். நேரம் ஐந்து மணி இருக்கும். 'இன்று நிச்சயம் என் வீட்டுக்கு வரவேண்டும். கார் கொண்டுவந்திருக்கிறேன்' என்றார். ஆப்பிரிக்க சூரியன் மறைவதற்கு முன்னால் அதி வெப்பத்தை அள்ளி வீசிக் கொண்டிருந்தான். மடிங்கோவோ குளிர்கால ஆடையில் என் முன்னால் உயரமாக நின்றார். அவரிடம் சொல்வதற்கு உடனடி யாக ஒரு சாக்கும் கிடைக்கவில்லை. அவருடன் புறப்பட்டேன்.

எனக்குப் பழக்கமில்லாத வீதிகளில் கார் வளைந்து வளைந்து ஓடியது. சிறுவர் சிறுமியர் கும்பலாக மண் நிற சீருடை அணிந்து எதிரில் காணப்பட்டார்கள். சமீபத்தில் ஒரு பள்ளிக் கூடம் இருக்கவேண்டும். புத்தகங்களைத் தலையில் சுமந்த வண்ணம் நண்பர்களுடன் பேசுவதும் சிரிப்பதும், ஒருவருக்கொரு வர், அடிப்பதும் விளையாடுவதுமாக வீதியைக் கடந்தார்கள். கார் காட்டுப் பகுதியைக் கடந்தபோது ரோடு கல்லு வீதியாக மாறி பின்னர் அதுவும் சுருங்கியது. ஓர் இடத்தில் இனிமேல் கார் போகமுடியாது என்று தோன்றியது. மடிங்கோ சட்டென்று காரை விட்டு இறங்கி நடக்க நான் பின் தொடர்ந்தேன்.

தூரத்தில் ஆறு ஒன்று ஓடியது. எங்கே இவர் போகிறார், ஆட்களையே காணவில்லை என நான் நினைத்த சமயம் ஒரு பெண் தோன்றினாள். தலையிலே காவிய தட்டில் வாழைப்பழங் கள் நிரையாக அடுக்கியிருந்தன. இரவுச் சந்தையில் விற்பதற்குப் போகிறாள் போலும். முதுகிலே கட்டியிருந்த குழந்தை, அது பாட்டுக்குக் கழுத்து கீழே சரியத் தூங்கியது. மடிங்கோ பெண் ணிடம் என்னவோ கேட்டார். அதற்கு அவள் கையை ஒரு பக்கமாக நீட்டிக் காட்டி அவர்கள் மொழியில் ஏதோ சொல்லி விட்டு அகன்றாள். தன் வீட்டுக்குப் போவதற்கே இவர் வழி கேட்கிறாரே என்று எனக்கு நடுக்கம் பிடித்தது. என் மனதில் ஓடியதைப் படித்த அவர் சொன்னார் 'அந்தக் காணி விலைக்கு வருகிறது. நான் வாங்கப் போகிறேன்.' 'எதற்காக?' என்று கேட் டேன். 'சினிமாக் கொட்டகை கட்டத்தான்' என்றார்.

ஆப்பிரிக்காவில் சினிமாவில் நல்ல லாபம் எடுக்கலாம். இந்திய சினிமாக்கள் வருடக் கணக்காக ஓடியிருக்கின்றன. சுனில் டத்தும், நர்கீஸும் நடித்த மதர் இந்தியா படத்தைப் பார்த்து அழுதபடியே சனங்கள் வெளியேறியதை இப்பொழுதும் நினைவு கூர்வார்கள். 'அவாரா' படம் பலவருடங்கள் தொடர்ந்து தியேட்டர்களில் ஓடியது. திடீரென்று 'நீங்கள் திலிப் குமாரைச்

சந்தித்திருக்கிறீர்களா?' என்று கேட்டார். வைஜயந்திமாலாவுடன் அவர் நடித்த 'கங்கா யமுனா' படம் அப்போதுதான் அங்கே வந்து ஓடிக்கொண்டிருந்தது. 'இல்லை. ஆனால், அவர் வீடு என் வீட்டுக்கு எதிரில்தான்' என்றேன். சினிமா சம்பந்தமான எந்தக் கேள்விக்கும் பொய் சொன்னால்தான் ஆப்பிரிக்காவில் மதிப்புடன் வாழமுடியும். அவர் கொஞ்சமும் ஆச்சரியப்படாமல் 'ராஜ்கபூர்?' என்றார். 'அவர் வீடு நாலு வீதி தள்ளி இருக்கிறது' என்று சொன்னேன்.

இன்னும் வேறு கேள்விகள் கேட்பார் என நினைத்தேன். ஆனால், அதற்கிடையில் வீடு தூரத்தில் தெரிந்தது. அவருடைய மூன்றாவது மனைவியின் வீடு அது என்று சொன்னார். 'மூன்றாவது மனைவியா? அது எப்படி? நீங்கள் கிறிஸ்தவர் அல்லவா?' என்றேன். 'இல்லை, என்னுடைய அம்மாதான் கிறிஸ்தவர். அப்பா முஸ்லிம். அவர் எனக்கு ஐந்து வயது நடக்கும்போதே இறந்து போனார். என் அம்மா என்னையும் தம்பியையும் வளர்க்க தனியாளாகப் பட்டபாட்டை இன்றைக்கும் என்னால் நினைக்க முடியாது. என் சிறுவயது ஞாபகம் எல்லாம் பசிதான். அப்பொழுது பலதடவை நினைத்திருக்கிறேன் என் அப்பா இன்னும் இரண்டு பெண்களை மணமுடித்திருந்தால் அம்மா தனியாகக் கஷ்டப்பட்டிருக்க மாட்டாரே என்று. அம்மா இரண்டு கால்களில் நின்றதை நான் காணவே இல்லை. முழங்காலில் பிரார்த்திப்பார் அல்லது ஒரு பணக்கார வீட்டுத் தரையை முழங்காலில் உட்கார்ந்து துடைப்பார். அவர் வாழ்க்கை முழுக்க முழங்காலில்தான் கழிந்தது. நான் அந்த வயதில் ஒரு சபதம் எடுத்தேன். பசி என்னை நினைவுபடுத்தக்கூடாது. நான்தான் பசியை நினைவு படுத்துவேன்.'

மூன்றாவது மனைவி அழகியாகவும் இளமையானவராகவும் இருந்தார். முடியை சிறு சிறு பின்னல்களாகப் பின்னித் தொங்க விட்டிருந்தார். நனைந்த நிலக்கரி போன்ற கண்கள். பளீரென்ற வெள்ளையான பற்கள். புத்திசாலித்தனமாக எனக்கு அவரை மடிங்கோ முதலிலேயே அறிமுகம் செய்துவைத்து விட்டபடியால் நான் அவரை மகள் என்று தப்பாக நினைக்கவில்லை. அவர் லப்பாவை இடையிலே சுருக்கமில்லாமல் கட்டியிருந்தார். 'என்ன வேண்டும்?' என்று கேட்டார். ஆனால், நான் பதில் சொல்ல முன்னரே திரும்பிவிட்டார். இறுக்கமான லப்பாவில் அவருடைய பின்பகுதி கலிலியோவின் பெண்டுலம் போல இடமும் வலமும் அசைந்தாடியது.

ஆப்பிரிக்க வீடுகளில் கோப்பி, தேநீர் கிடைக்காது. பாம் மரத்தில் எடுக்கும் வைன் உண்டு. கோக் அடுத்தது. மூன்றாவது ஸ்டார் பியர். வைன் குடிக்க நல்லதுதான். ஆனால், சுத்தமில்லாத தண்ணீர் கலந்துவிடுவார்கள். அதனால் ஆபத்தானது. கோக் ருசியாயிருக்கும். பற்களால் கடித்து மூடியைத் திறப்பார்கள். ஸ்டார் பியர்தான் உத்தமமானது. விரலால் திறக்கலாம். அதுதான் வந்தது. நான் ஒவ்வொரு மிடறாகப் பருகத் தொடங்கினேன்.

திடீரென்று எதிர்த் திசையில் ஏதோ அசைந்தது. கறுத்த பூதாகரமான உருவம் ஒன்று எழுந்து நின்றது. அத்தனை நேரமும் அந்த உருவத்தை என் கண்கள் காணவில்லை. 'என் மாமனார்' என்றார் மடிங்கோ. உருவம் அசைந்து எனக்குக் கிட்ட வந்தது. நான் கைகளை நீட்டினேன். அவர் கையைப் பிடிக்காமல் என்னை அணுகி கட்டிப்பிடித்தார். ஆப்பிரிக்கக் கண்டமே என்னைக் கட்டிப்பிடித்ததுபோல எனக்கு இருந்தது. அவர் உடலுக்குள் நான் மறைந்துபோனேன். 'அரசாங்கத்தில் பெரிய வேலையில் இருந்தார். ஆனால், வேலை பிடிக்காமல் விட்டுவிட்டார்' என்றார் மடிங்கோ.

'ஏன் வேலையை விட்டார்?' ஆப்பிரிக்காவில் ஒருவரும் அரசாங்க வேலையை உதறிவிட்டு வீட்டுக்கு வருவதில்லை.

'ஒரே வேலையைத் திருப்பித் திருப்பிச் செய்யப் பிடிக்க வில்லை. அலுத்துப்போனதாம்.'

'என்ன வேலை?'

'தினம் அலுவலகத்துக்கு வரும் கடிதங்களின் விவரங்களை ஒரு நாளேட்டில் எழுதிவைப்பது.

'அவ்வளவுதானா?'

'அவ்வளவுதான்.'

'சரி. இப்ப என்ன வேலை செய்கிறார்.'

'வேலை தேடுகிறார். அதுதான் டைப்பிங் தானாகக் கற்கிறார்.'

அப்பொழுதுதான் பார்த்தேன். ஒரு மேசையில் சதுரமான அண்டர்வுட் தட்டச்சு மெசின் இருந்தது. அதற்குமுன் மாமனார் உட்கார்ந்து டக் டக் என அடிக்கத் தொடங்கினார். பெரிய எழுத்தும் சின்ன எழுத்தும் மாறி மாறி அடித்தார். ஒரு விசையை அழுத்தியதும் சின்ன எழுத்து பெரிய எழுத்தாக மாறிவிடும். அந்த வரி முடிவுக்கு வந்ததும் டிங் என்ற இனிமையான ஒலி எழும்பும். பின்னர் அடுத்த வரிக்கான ஆயத்தம் நடக்கும்.

பியரை முழுவதுமாகக் குடிக்க எனக்கு விருப்பமில்லை. ஒரு மரியாதைக்காக இரண்டு மிடறு குடித்துவிட்டுப் புறப் படுவதுதான் திட்டம். நாடகத்தில் பாத்திரங்கள் வருவதுபோல ஒவ்வொன்றாக உருவங்கள் தோன்றின. படுக்கை விரிப்பைத் திரைச்சீலையாக மாற்றி மறைத்த கதவுக்குப் பின்னே ஒருவர் என்னையே பார்த்தபடி கம்புபோல நேராக நின்றார். அவருக்கு 70 வயது இருக்கலாம். கடுமையான எலும்பைக் கடிப்பதுபோல அவர் முகம் கோணலாயிருந்தது. சிரிப்பாக இருக்கலாம். என் மீது எரிச்சலோ தெரியவில்லை. போர்க்களத்தில் எதிரியிடம் சரணடையப் போவதுபோல இரு கைகளையும் உயர்த்தியபடி மெதுமெதுவாக என்னை நோக்கி முன்னேறினார். மடிங்கோ என் பக்கம் குனிந்து திருடர்கள் பேசுவதுபோல ரகஸ்யக் குரலில் 'என் மாமனாரின் தகப்பன். கண்பார்வை இல்லை' என்றார். கிழவர் உடுப்பில் துளை மாற்றி பொத்தானை மாட்டியிருந்தார். வாயின் இருபக்கமும் துப்பல் காய்ந்து ஒட்டியிருந்தது. அவர் கையைப் பிடித்துக் குலுக்கினேன். 'அவருக்கு இரண்டு வருடமாக ஆற்று நோய்' என்றார் மடிங்கோ. 'ஆறுகளுக்கு அண்மையில் வாழும் கறுப்பு இலையான் பரப்பும் நோய். இலையான் கடித்ததும் கிருமி ரத்தத்தில் கலந்து மூளைக்குப் போய் கண்பார்வையைச் செய லற்றதாக்கிவிடும்' என்றார்.

கிழவர் வெள்ளைக்காரரிடம் படித்து ஆசிரியராக வேலை பார்த்தவர். 'என் சிறுவயதில் இந்தக் கிராமத்தில் பலருக்கு இந்த நோய் வந்ததைக் கண்டிருக்கிறேன். எனக்கு வரும் என்று நான் நினைத்துப் பார்த்ததே இல்லை' என்றார். மடிங்கோ சொன்னார். 'ஆற்றிலே இருந்து பரவும் நோய் இது. நாம்தான் ஆற்றுக்கு ஏதாவது செய்யவேண்டும்.' 'அது எப்படி முடியும்? 500 மில்லியன் ஆண்டுகளாக ஆறு இங்கே ஓடுகிறது. மனிதனுடைய வயது 2,00,000 ஆண்டுகள் மட்டுமே' என்றார் கிழவர். அவர் மெள்ள மெள்ள நடந்து புறப்பட்ட இடத்துக்கு ஊகமாகத் திரும்பினார்.

பியர் கிளாசை மேசையில் வைத்துவிட்டு சுற்றுமுற்றும் பார்த்தேன். இன்னும் பல முகங்களும் கால்களும் திரைச்சீலையின் பின்னால் தெரிந்தன. ஒரு நாளில் மூன்று புது அறிமுகம் போதும் என்று பட்டது. எழுந்து நின்றேன். 'புறப்பட்டுவிட்டீர்களா?' என்றார் மடிங்கோ. மாமனார் உடலைத் தூக்கிக்கொண்டு மறுபடியும் என்னை நோக்கி வந்தார். நான் கிலி பிடித்து பின் னுக்கு நகர்ந்தேன். என்னைக் கட்டிப்பிடிக்கப்போகிறார் என்று நினைத்தேன். அவர் தன் தலை மயிரில் குத்திவைத்த பேனாவை எடுத்து ஒரு கடித உறையில் என்னுடைய மூன்று எழுத்துப்

அ. முத்துலிங்கம் ♦ 47

பெயரை இரண்டு பிழைகளுடன் எழுதி என்னிடம் நீட்டினார். நான் 'என்ன?' என்று அலறினேன். மடிங்கோ பதில் சொன்னார். 'அது வேலைக்கான விண்ணப்பம்.' 'யாருக்கு?' 'மாமனாருக்குத் தான்.' 'என்ன வேலை?' 'என்ன வேலை என்றாலும் பரவாயில்லை. அவர் கடுமையான உழைப்பாளி. சொன்ன வேலையை கிரமமாக முடித்துக் கொடுப்பார். நீங்கள் தயவு செய்யவேண்டும்.' நான் கடித உறையை வாங்கிப் பைக்குள் வைத்தேன். எனக்குப் பின்னால் விசுவாசமான மரங்கொத்தியின் விடாமுயற்சிபோல டக் டக் என்ற ஒலி மீண்டும் கேட்கத்தொடங்கியது.

வீட்டுக்கு வந்ததும் முதல் வேலையாக விண்ணப்பத்தை மறந்துபோனேன். ஆனால், மடிங்கோவின் மூன்றாவது மனைவி யின் நிலக்கரிக் கண்கள் நினைவுக்கு வந்தன. அவரும் ஒரு காலத் தில் கண் பார்வையை இழப்பாரா? யாரால் சொல்லமுடியும். இரண்டு நாள் கழிந்தது. அலுவலகத்துக்கு மடிங்கோ அவசரமாக வந்தார். 'விண்ணப்பத்துடன் சான்றிதழ்களை இணைக்க மறந்து விட்டோம். பிறப்புச் சாட்சிப் பத்திரம், கல்வித் தகைமைகள், நன்னடத்தைக் கடிதங்கள் எல்லாம் இருக்கின்றன. அவற்றை நகல் எடுத்து இன்னும் இரண்டே நாளில் கொண்டுவருகிறேன்' என்றார். அப்பொழுதெல்லாம் நகல் எடுக்கும் மெசின் அரிதிலும் அரிது. தலைநகரத்தில் ஒன்று இருந்தது. இவர் அங்கே போய்த்தான் நகல்கள் எடுத்து வரவேண்டும். அவர் செயல்படும் முறையைப் பார்த்தபோது மனிதர் வேலை உறுதி என்று நினைத்துவிட்டார் என்ற கலக்கம் எனக்கு உண்டானது.

அன்று மாலை வீட்டிலே தேநீர் அருந்தும்போது திடீ ரென்று மடிங்கோவின் மாமனாரின் நினைவு வந்தது. அவர் தட்டச்சு மெசினுக்கு முன் முக்காலியில் உட்கார்ந்த சமயம் முக் காலி முற்றிலும் மறைந்துபோனது ஞாபகம் வந்து மெல்லச் சிரித் தேன். எதிரில் உட்கார்ந்திருந்த என் மனைவி 'என்ன சிரித்தீர்கள்?' என்றார். நான் 'இல்லையே. காற்றடித்ததே அதாயிருக்கும்' என்றேன்.

ஒரு வாரமாகிவிட்டது. விண்ணப்பத்தைத் திறந்து பார்க்க நேரம் கிடைக்கவில்லை. அன்று. சாவகாசமாக உட்கார்ந்து கடித உறையைப் பிரித்து விண்ணப்பத்தை முதன்முதலாக வெளியே எடுத்தேன். அந்த நேரம் பார்த்து என் மனைவி இரவு உணவு சாப்பிட அழைத்தார். உலகத்து மனைவியர்போல ஏதாவது வேலை ஆரம்பிக்கும்போது அவர் அப்படிச் செய்வது வழக்கம். விண்ணப்பம் இரண்டு பக்கங்களில் கைகளால் மைப்பேனாவி னால் எழுதப்பட்டிருந்தது. அவருடைய பெயர், முகவரி, வயது,

படிப்பு என்று நிரையாக விவரங்கள் தந்திருந்தார். உயரம் கொடுத்ததை மன்னிக்கலாம். எடையையும் பெரிய எழுத்தில் எழுதியிருந்தார். விண்ணப்பத்தின் பின்பக்கத்தைப் பார்த்தேன். ஆங்கிலத்தில் சின்ன ஏ, பெரிய ஏ என்று தாள் முழுக்க டைப் அடிக்கப்பட்டிருந்தது. அடுத்த தாளைப் பார்த்தேன். அங்கேயும் சின்ன ஏ பெரிய ஏ என்று முழுத்தாளையும் நிரப்பி அச்சடித்திருந்தது. 26 ஆங்கில எழுத்துகளில் முதல் அட்சரமான 'ஏ' என்ற எழுத்துக்கு திறமான அப்பியாசம் நடந்திருப்பது தெரிந்தது. தட்டச்சுப் பயிற்சிக்கு வைத்திருந்த தாள்களை மிச்சம் பிடிப்பதற்காக விண்ணப்பத்தை அந்தத் தாள்களின் பின்னால் எழுதி அனுப்பியிருக்கிறார்.

மனைவி காத்திருந்தார். ஒருவாரமாகியும் சான்றிதழ் நகல்கள் வரவில்லை. நான் காத்திருந்தேன். மடிங்கோவின் சதுரமான அண்டர்வுட் தட்டச்சு மெசினின் மீதி 25 எழுத்துகளும் தங்கள் முறைக்காகக் காத்திருந்தன.

❐

ஸ்டைல் சிவகாமசுந்தரி

யாழ்ப்பாணம் டவுனுக்குப் போவதற்கு பஸ் டிக்கட் 10 சதம்தான். கொக்குவில் என்றால் 50 சதம். வவுனியாவுக்கு 4 ரூபா; கொழும்புக்கு 12 ரூபா. கொழும்புத்துறைக்கு ஒன்றுமே கொடுக்கத் தேவையில்லை. ஏனென்றால் அவள்வீடு அங்கேதான் இருந்தது. பெயர் சிவகாமசுந்தரி. வயது 15. படித்த பள்ளிக்கூடம் வேம்படி. வருடம் 1965.

தினமும் அவளுடைய அப்பா அவருடைய காரில் அவளைக் கொண்டுபோய் பள்ளிக்கூடத்தில் விடுவார். மாலையில் மறுபடியும் அழைத்துவருவார். கொழும்புத்துறையில் அவர் ஒருவரிடம்தான் கார் இருந்தது. ஏ30 கார். அது தூரத்தே வரும் போதே சனங்கள் சொல்லிவிடுவார்கள் சந்திரசேகரம் புறப்பட்டு விட்டார் என்று. அவருடைய கார் அளவுக்கு அவரும் பிரபல மானவர். அவரிடம் இரண்டு லொறிகள் இருந்தன. அவற்றில் சாமான்கள் கொழும்புக்குப் போகும், பின்னர் அதே லொறிகளில் வேறு சாமான்கள் திரும்பும். காலையில் அவர் வீட்டு வாசலில் ஒருகூட்டம் சனம் சாமான்களை வாங்க நிற்கும். 'ஒரு காலத்தில் கொழும்பில் இருந்து நாவாய்களில் சாமான்கள் வந்து இங்கேதான் இறங்கின. அதுதான் கொழும்புத்துறை என்று பெயர். என்னுடைய பாட்டனுக்குப் பாட்டன் செய்ததைத்தான் நான் செய்கிறேன்' என்று பெருமையாகச் சொல்வார்.

கொழும்பு ஸ்டைலை கொழும்புத்துறைக்கு முதலில் கொண்டு வந்தது சிவகாமசுந்தரிதான். பால் கலக்காத தேநீர் நிறத்தில் இருப்பாள். சுற்றிலும் நிலத்தில் புறாக்கூட்டம் நிற்பது போல அவதானமாகத்தான் கால்களை எடுத்து வைப்பாள். ஆனால், கண்களில் கர்வம் இருக்கும். அப்பாவின் செல்லம். அவள் என்ன கேட்டாலும் அதைக் கொழும்பிலிருந்து தருவித்துக் கொடுத்துவிடுவார். 2 உதட்டுச் சாயம், 4 நகப்பூச்சு, மூன்று அஞ்சனக் குப்பி, இருபது ரிப்பன்கள், ஒரு யார்ட்லி பவுடர் என ஒப்பனைப் பொருட்கள் அவளிடம் இருந்தன. ரப்பர் வளையப் பந்துகளைத் தலையில் முதலில் அணிந்து யாழ்ப்பாணத்துக்கு அறிமுகம் செய்தது அவள்தான்.

பள்ளிக்கூடத்திலிருந்து வந்ததும் முகத்தைக் கழுவுவாள். தலைவாரி இழுத்து பவுடர் பூசிப் பொட்டு வைத்து பச்சைப் பாவாடை அணிந்து பச்சைக்கரை வைத்த பிளவுஸ் தரித்து பச்சைத் தாவணியை உடுத்தி பச்சைக் குடையைத் தலைக்குமேல் பிடித்தபடி கேட்டைத் திறந்து வெளியே வந்தவள் நின்று யோசிப் பாள். சட்டென்று உள்ளே திரும்பி பச்சைக் கைலேஞ்சியை எடுத்து இடுப்பிலே செருகிக்கொண்டு நடக்கத் தொடங்குவாள். உடனேயே செய்தி பறக்கும். அந்த வீதியில் உள்ள இளம் பெண்கள் வாசலில் நிற்பார்கள். சிவகாமசுந்தரி ஸ்டைலாக நடந்து வீதியின் எல்லை மட்டும் போவாள். பின்னர் திரும்புவாள். கொழும்புக் குடை கையிலே இருப்பது பெரிய அனுகூலம். யாராவது அவளைப் பார்ப்பது பிடிக்கவில்லை என்றால் குடையால் மறைத்துவிடுவாள். கைப்பிடியில் இருக்கும் சின்ன பொத்தானை அழுத்தியதும் குடை தானாக அரை அடி உயரும். பின்னர் படக் கென்று இரண்டு கட்டமாக விரியும். அந்தக் குடை யாழ்ப் பாணத்தில் ஒருவரிடமும் இல்லை. அவளிடம் நாலு குடைகள் நாலு கலர்களில் இருந்தன.

எத்தனை ஸ்டைல் என்றாலும் சிவகாமசுந்தரிக்கு ஏதோ ஒன்று குறைந்தது. அரசியாக எங்கோ பிறக்க வேண்டியவள் இந்தக் குக்கிராமத்தில் பிறந்ததால் அவள் ஸ்டைல் எல்லாம் வீணாகிக் கொண்டிருந்தது. சௌபாக்கியவதி படத்தில் சாவித்திரி பழைய காலத்து ராஜகுமாரிபோல சேடிப்பெண்களுடன் போவாள். தோழிகள் இருந்தால்தான் மதிப்பு. அழகிலும் ஸ்டைலிலும் குறைந்த நாலு பெண்களைத் தோழியராக சேர்த்துக்கொண்டு. வீதிவீதியாக அலைந்தாள். கரம்பன்வீதியைக் கடக்கும்போது சிவகாமசுந்தரி மூக்கைப் பொத்துவாள். மற்றவர்களும் பொத்து வார்கள். தேங்காய் மட்டைகளை கடற்கரையில் நனையவைத்து அங்கே கயிறு திரிப்பார்கள். அந்த மணம் வீதி முழுக்க நிரம்பி யிருக்கும். சில பையன்கள் தொடருவார்கள். இன்னும் சிலர் அப் போது பிரபலமாயிருக்கும் சினிமா பாடல் வரி ஒன்றைப் பாடு வார்கள். தோழிகள் கிலுகிலுவென்று சிரிக்க இவள் மட்டும் தோரணையாக ஒரு பார்வை பார்ப்பாள். அவர்கள் அடங்கி சுருண்டு விழுவார்கள்.

தாயாருக்கு இவளுடைய ஸ்டைல் பிடிக்காது. அடிக்கடி திட்டுவாள். ஒருநாள் அவர் பயந்தது போலவே நடந்தது. சென்ட்ரல் கல்லூரி கார்னிவலுக்கு பலநாள் திட்டமிட்டு ஐந்து பெண்களும் புறப்பட்டார்கள். அன்று சிவகாமசுந்தரி முன்னெப் பொழுதும் செய்திராத மாதிரி தன்னை அலங்கரித்திருந்தாள். ஒற்றை விரலால் கொழும்பு கிரீமை முகத்திலே தடவினாள். கட்டம்போட்ட அரைத்தாவணி அணிந்து, தலையை வாரி இழுத்து சுருட்டி அலங்கரித்து முடியில் இரண்டு ரப்பர் பந்துகளை

மாட்டியிருந்தாள். தோளிலே தொடும் தொங்கட்டான். கொஞ்சம் குதி உயர்ந்த கொழும்பு செருப்பில் உயரமாகத் தெரிந்தாள். சிவப்பும் மஞ்சளும் கலந்த காப்புகளை அணிந்து மஞ்சள் கைப்பையைத் தோளிலே மாட்டி மஞ்சள் கைக்குட்டையை இடுப்பிலே செருகினாள்.

கண்ணாடியில் பார்த்தபோது அவள் வடிவில் அவளே சொக்கினாள். கார்னிவல்லில் லைட்டுகள் மாயவேலைகள் செய்தன. சில ஓடின, சில சுழன்றன. சில பத்தி பத்தி நூர்ந்தன. சுழல் ராட்டினத்தில் சுழன்றார்கள். ராட்சத சில்லில் மேலும் கீழுமாக ஏறி இறங்கினார்கள். முழங்கைகளில் வழியவழிய ஐஸ்கிரீம் சாப்பிட்டார்கள். பாதாளக்கிணற்றில் மோட்டார் சைக்கிள் ஓட்டும் நிகழ்ச்சியின்போது நாலு சீட் தள்ளி அழகான இளந்தாரி ஒருத்தன் உட்கார்ந்திருந்தான். கறுப்புக் கண்ணாடி அணிந்தபடி இவளையே பார்த்தான். பக்கத்தில் இருந்த சிநேகிதி தோளை இடித்து 'அவன் உன்னைப் பார்க்கிறான்' என்றாள். இவளுக்கு நெஞ்சுப் படபடப்பு ஆரம்பித்தது. எத்தனை ஆண்கள் அவளைப் பார்த்திருக்கிறார்கள். அவள் சட்டை செய்ததே கிடையாது. இந்த உணர்வே வேறு. இவளால் கண்களை விலக்க முடியவில்லை. ஒருவிதக் குதூகலம் நெஞ்சை நிறைத்தது.

வீட்டினுள் நுழைந்ததும் எரிச்சல் எரிச்சலாக வந்தது. அம்மாவைப் பார்த்ததும் அது கூடியது. கைப்பையை வீசினாள். கொழும்பு செருப்பை காலிலே இருந்து உதறினாள். தகப்பன் வந்து தலையைத் தடவி 'என்ன அம்மா?' என்றார். ஏதாவது தேவையென்றால் அவள் பேசுவதை நிறுத்திவிடுவாள். தகப்பனைக் கெஞ்ச வைத்தபின் 'சன்கிளாஸ்' என்றாள். அவருக்குப் புரியவில்லை. 'கறுப்புக் கண்ணாடி, அப்பா. அதுதான் இப்ப ஸ்டைல்.' அடுத்த நாளே கொழும்பிலிருந்து கறுப்புக் கண்ணாடி ஒன்று வந்தது. முன்னுக்கு நிற்பவருடைய முகம் அதில் தெரியும் அதை மாட்டி நடக்கும்போது அவன் பார்க்க வேண்டும் என நினைத்தாள். ஆனால், அவனை எங்கே தேடுவது?

கணக்குப் பாடம் ஓடாததால் இரண்டு வீதி தள்ளி கணக்கு மிஸ்ஸிடம் தனியாக ட்யூசனுக்குப் போய்வரத் துவங்கினாள். கறுப்புக் கண்ணாடி அணிந்து வீதியிலே அவள் போனபோது ஒருநாள் சைக்கிளில் ஒரு வாலிபன் உட்கார்ந்து அவளையே உற்றுப் பார்த்தான். அதே கறுப்புக் கண்ணாடி அணிந்தவன்தான். இவள் நெஞ்சு பதைபதைக்கத் தொடங்கியது. எங்கே பார்ப்பது என்று தெரியவில்லை. எங்கே தலையைத் திருப்பினாலும் கண்கள் அவன் பக்கமே பார்த்தன. துணிச்சலாக அவன் சிரித்தான். அவளுக்கு என்ன நடந்தது? வேகமாக அந்த இடத்தைவிட்டு ஓடவேண்டும் அல்லவா? சிரித்துவிட்டாள். ஏன் அப்படிச்

சிரித்தோம் என்று தன்னையே கேட்டபடி வீட்டுக்கு வந்தாள். அவளால் அவனை மறக்க முடியவில்லை. தினமும் அதே இடத்தில் நின்று சிரித்தான். ட்யூசன் செல்லும் மாலைகளை ஆவலுடன் எதிர்பார்க்க ஆரம்பித்தாள்.

சனி, ஞாயிறு ட்யூசன் இல்லாததால் வீட்டில் இருப்பது நரக வேதனையாக இருந்தது. திங்கள் ட்யூசனுக்குப் போனபோது அவனைக் காணவில்லை. அந்த இடத்தில் சிறிது நின்றுகூடப் பார்த்தாள். கோபம் கோபமாக வந்தது. செவ்வாய்க்கிழமையும் அவன் வரவில்லை. இப்பொழுது பயம் பிடித்தது. கோபம், பயம், எரிச்சல் என்று பல உணர்ச்சிகள். இவன் யார்? பெயர்கூடத் தெரியாதே? பாவாடையைக் கிழிக்கத் தோன்றியது. தலைமயிரை இழுத்து பிய்த்துப் போட நினைத்தாள். புதன்கிழமை அதே இடத்தில் நின்று ஒன்றுமே நடக்காததுபோல சிரித்தான். அவள் பட்ட வேதனை ஓர் இழவும் அவனுக்குத் தெரியவில்லை. அவளுக்கு ஆத்திரம் ஆத்திரமாக வந்தது. அவனைப் பார்த்து 'நேற்று ஏன் வரவில்லை?' என்று கேட்டாள். ஒரு காதலனைப் பார்த்து அவள் பேசிய முதல் வார்த்தைகள். அவனில் ஒரு மாற்றமும் இல்லை. ஒரு கால் நிலத்தில் ஊன்றியிருக்க மற்றக் காலை பெடலில் வைத்து அவளைப் பார்த்துச் சொன்னான். 'நேற்று என்ன கிழமை? செவ்வாய்க்கிழமை. ஓ, சியாமளாவைப் பார்க்கப் போய்விட்டேன்' என்றான். பின்னர் இருவரும் ஒரே நேரத்தில் சிரித்தார்கள். அவன் சிரித்தபோது கழுத்து நரம்புகள் துடித்ததைப் பெரும் அதிசயத்தோடு பார்த்தாள். அப்படித்தான் அவர்கள் காதல் ஆரம்பித்தது.

மூன்றாம் நாள்தான் அவன் பெயர் தெரிந்தது. சாமுவேல் என்றான். 'ஓ யேசுதான் உங்கள் கடவுளா?' அவன் தலையாட்டினான். ஒரு சின்னத் தலையாட்டல்கூட எத்தனை அழகாயிருக்கிறது. அவள் சிரித்தாள். 'ஏன் சிரிக்கிறீர்?' 'அப்பாவிடம் உங்கள் பெயர் சாமிவேல் என்று சொல்லிவிடுவேன். ஒரு பிரச்சினையும் இராது.' இப்பொழுது இருவரும் சிரித்தார்கள். ட்யூசன் நேரத்தை அரைவாசியாகக் குறைத்தாள். சிலநாட்கள் ட்யூசனுக்கே போவதில்லை. தினமும் கடிதம் பரிமாறிக் கொண்டார்கள். சனி, ஞாயிறு நாட்களில் சந்திக்க முடியாமல் விரக தாபத்தில் துடித்தார்கள். இந்தக் காதல் விவகாரம் ஒரு வருடம் தொடர்ந்தது. ஊருக்கெல்லாம் கதை பரவிய பின்னர் அவள் அம்மாவுக்குத் தெரிந்தது. கடைசி கடைசியாக அப்பாவுக்கும் செய்தி எட்டியது. அப்பா அவளை நேருக்கு நேர் கேட்டார். அந்த முகத்தை அவளால் மறக்க முடியாது. இருபது பேர் குத்தியதுபோல அவர் முகம் சிவந்து ரத்தம் கண்டிப்போய் கிடந்தது. முகத்தில் கண்ணீரா வியர்வையா என்று தெரியாதபடி திரவம் ஓடியது. 'உண்மையா?' என்றார். அவள் 'ஓம் அப்பா' என்றாள்.

அதற்கு முதல் நாள் நல்லூர் ஏழுமுகத் திருவிழாவுக்குப் போயிருந்தார்கள். அப்பா அதிசந்தோசமாக இருந்த கடைசி நாள் அது. அம்மா கேட்ட அத்தனை வெண்கலப் பாத்திரங்களை யும் வாங்கிக் கொடுத்தார். சிவகாமசுந்தரி வளையல் கடையின் முன்னால் ஒரு மணிநேரம் நின்று கறுப்பு, மஞ்சள், ஊதா, நீலம், பச்சை, சிவப்பு, மென்சிவப்பு என்று சகல நிறங்களிலும் ஐந்து ஐந்து சோடிகள் வாங்கினாள். சனக்கூட்டம் ஒருவரை ஒருவர் இடித்தபடி வெளியேறிக்கொண்டிருந்தது. நீண்ட தூரம் நடந்து கோயிலுக்கு வெளியே வந்து காரைக் கண்டுபிடித்து ஏறினார்கள். கார் வேகம் பிடிக்க ஆரம்பித்தபோது 'அப்பா' என்றாள் 'என்ன மகளே?' சட்டென்று காரை நிறுத்தினார். 'அப்பா, வெள்ளைக் காப்பு வாங்க மறந்துபோனேன்.' அவர் ஒன்றுமே பேசாமல் காரை விட்டு இறங்கி மகளிடம் அளவுக் காப்பு வாங்கிக்கொண்டு எதிர் திசையில் ஓடினார். இருபது நிமிடம் காத்திருந்தார்கள். களைத்து விழுந்து திரும்பிய அவர் கையை நீட்டியபடியே ஓடி வந்தார். அதில் ஐந்து சோடி வெள்ளை வளையல்கள் இருந்தன. 'செல்ல அப்பா, என்ரை அப்பா' என்று காப்புகளை வாங்கினாள். சற்று திரும்பிப் பார்த்திருந்தால் தாயார் முகத்தில் நெருப்பு எரிவது தெரிந்திருக்கும்.

'மகள், இது சரிவராது. பையனைப் பற்றி விசாரித்தனான். அவன் படிக்கவில்லை. பஸ் கம்பனியில மிகச் சாதாரண வேலை செய்கிறான். அவன் சம்பளத்தில் உனக்கு ஒரு நல்ல சேலைகூட வாங்கித் தரமுடியாது. அவர்கள் வேதக்காரர்கள். நீ என்ரை செல்ல மகள் அல்லவா? நான் வெளியிலே தலை காட்ட முடி யாது, மகளே' என்று கெஞ்சினார். அவள் சாமுவேல் சொல்லித் தந்ததை மனதிலே நினைத்தாள். 'உன்பக்கம் நியாயம் இருந்தால் உன் வலிமை நாலு மடங்காகக் கூடிவிடும்.' திரும்பத் திரும்ப அதையே சொன்னாள். அழவில்லை. நிதானமாகவே பேசினாள். 'அப்பா அவர் நல்லவர். என்னை நல்லாய் வைத்திருப்பார்.'

தினம் தினம் அறிவுரைபோல ஆரம்பிக்கும் பேச்சு பின்னர் குரல் உயர்ந்து சண்டையாக மாறும். அவள் சாப்பிடாமல் படுக்கப் போய்விடுவாள். ஒருநாள் சந்திரசேகரம் கோபம் தலைக்கேறி கன்னத்தில் அடித்துவிட்டார். அவளால் நம்ப முடியவில்லை. அவராலும் நம்ப முடியவில்லை. இந்த 16 வருடத்தில் ஒருநாள்கூட அவர் அவளை அடித்தது கிடையாது. அவள் ஓடிப்போய் கிணற் றிலே குதித்துவிட்டாள். அவரும் குதித்தார். இருவரையும் ஆஸ்பத் திரிக்குத் தூக்கி ஓடினார்கள். அவருக்குக் கால் முறிந்துவிட்டது. அவள் ஒருநாளில் வீட்டுக்குத் திரும்பிவிட்டாள். அவருக்கு மூன்று மாதம் எடுத்தது. அந்த மூன்று மாதமும் அவள் சாமுவேலை ரகஸ்யமாகச் சந்தித்துக்கொண்டே இருந்தாள்.

சந்திரசேகரம் இந்தப் பிரச்சினையை எப்படித் தீர்ப்பது என்று தெரியாமல் குழம்பிப்போய் இருந்தார். அவர் என்ன குறை வைத்தார்? அன்பைத் தவிர அவர் வேறு ஒன்றையும் அவளுக்குத் தரவில்லையே! எப்படி அவளால் விலகி விலகிப் போகமுடிந்தது. பள்ளிக்கூடத்துக்குப் போவதை ஒரு வருடமாக நிறுத்திவிட்டார்கள். கொழும்பிலே நல்ல உத்தியோகத்தில் இருக்கும் ஒருவனின் சாதகம் பொருந்தியிருந்தது. சிவகாமசுந்தரியின் படத்தைப் பார்த்து அவன் சம்மதம் சொன்னதால், திருமணத்துக்கு நாளும் குறித்துவிட்டார்கள். அவளுக்கு முன்னுக்கும் பின்னுக்கும் காவல். கிணற்றுப் பக்கம் அவள் போகவே முடியாது. அன்றிரவு தண்ணீர் குடிக்க வைத்திருந்த கிளாஸை உடைத்து தூள் தூளாக்கி எப்படியோ உட்கொண்டுவிட்டாள்.

ஆஸ்பத்திரிக்கு மறுபடியும் கொண்டு ஓடினார்கள். நாலு நாட்களாக ரத்தம் ரத்தமாக வாயாலும் வயிற்றாலும் போனது. கிளாஸ் துகள்கள் குடல் முழுக்க ஒட்டிக்கொண்டதால் மருத்துவர்களுக்கு என்ன செய்வதென்று தெரியவில்லை. ரொட்டித் துண்டை இரண்டாக வெட்டி நடுவிலே பஞ்சு அடைத்து சாண்ட்விச் போல செய்து சாப்பிட வைத்தார்கள். அப்படி நாலு சாண்ட்விச் உள்ளே போனது. இன்னொரு பக்கத்தில் ட்ரிப் ஏறியது. கொஞ்சம் கொஞ்சமாக ரத்தப்போக்கு நின்று முற்றிலும் குணமானாள்.

பத்து நாட்களும் கட்டிலுக்குப் பக்கத்தில் அப்பா இருந்தார். 'ஏன் மகளே இப்படிச் செய்தாய். நீ செத்தபிறகு நாங்கள் உயிருடன் இருப்போமா?' என்று சொல்லி அழ ஆரம்பித்தார். இத்தனை பாசம் கொண்ட அப்பாவைப் பிரிந்து என்ன வாழ்க்கை வேண்டியிருக்கு என்ற எண்ணம் அவளுக்கு எழுந்தது. 'அப்பா உங்கள் விருப்பம் போலவே செய்யுங்கள். நான் மாறமாட்டேன். இது சத்தியம்' என்றாள். அவள் அப்பா முகம் சிரிப்பதை பல மாதங்களுக்குப் பிறகு கண்டாள். அடுத்தநாள் காலை அவர் அவளை வீட்டுக்கு அழைத்துப்போக வந்தார். அவளைக் கட்டிலில் காணவில்லை. அவள் சாமுவேலுடன் ஓடிவிட்டாள்.

சந்திரசேகரம் வீட்டில் நிறைய ஆட்கள் சேர்ந்துவிட்டார்கள். ஒரு செத்த வீடு எப்படியிருக்குமோ அப்படியே ஆகிவிட்டது. அவள் சத்தியம் செய்து கொடுத்ததையே திரும்ப திரும்ப எண்ணினார். மனைவி முடியை விரித்து தலையில் அடித்து 'முற்றத்து வெய்யில் முதுகில் படாமல் வளர்த்தேனே' என்று ஒப்பாரி வைத்தார். சிலர் இப்பொழுதே போய் அவளை இழுத்து வருவோம் என்றார்கள். வேறு சிலர் பொலீஸில் சொல்லலாம் என்று அறிவுரை கூறினார்கள். சந்திரசேகரம் யோசித்துப் பார்த்தார். இரண்டு தரம் தற்கொலை முயற்சியில் இறங்கியிருக்கிறாள்.

சத்தியம் செய்து கொடுத்துவிட்டு அதை மீறிப் போயிருக்கிறாள். அவள் காதலில் எத்தனை தீவிரமாக இருக்கிறாள். 'வேண்டாம் 17 வருடங்கள் மட்டுமே எனக்கு ஒரு மகள் இருந்தாள். அவளைப் பிடித்து இழுத்து வந்து என்ன பிரயோசனம்? மறுபடியும் ஓடத் தானே போகிறாள்' என்றார்.

அன்றிலிருந்து அவருக்குத் தகவல் சொல்லும் ஆட்கள் பெருகிவிட்டார்கள். ஒருவர் சொன்னார் அவளுடைய பெயர் இப்போ 'மட்டில்லா.' இன்னொருவர் மாதாகோயிலில் திருமணம் நடந்து முடிந்துவிட்டதாகத் தகவல் தந்தார். 'முன்பெல்லாம் என்ன ஸ்டைலாக இருப்பாள். பூவெல்லாம் சாயம்போன பழைய சேலையில் சந்தைக்கு வந்திருந்தாள். தலை வாரவில்லை; பொட்டும் இல்லை' என்றார்கள். அவருக்குக் குடலையே அறுத்து வீசியதுபோல வேதனை ஏற்பட்டது. 'மட்டில்லா' என்று பெயராம். 'அவளுக்கு மட்டில்லா மகிழ்ச்சியா? அல்லது எங்களுக்கு மட்டில்லா வேதனையா?' வயிற்றைப் பிடித்தபடி அவர் புலம்பினார்.

முதல் பிள்ளை பிறந்தபோது அவர்கள் வரக்கூடும் என்று நினைத்தார். வரவில்லை. மூன்று வருடம் ஓடியது. இரண்டாவது பிள்ளையும் பிறந்தது. அவர்களை இனிமேல் பார்ப்போம் என்ற நம்பிக்கை போய்விட்டது. வெளியிடங்களுக்குப் போகும்போது அவர் கண்கள் அவளைத் தேடித்தேடி ஏங்கின. ஒருநாள் செய்தி வந்தது. அவள் ஆஸ்துமாவால் தினம் வேதனை அனுபவிக்கிறாள் என்று. சிறு வயதாயிருந்தபோது ஒரேயொரு முறை அவளுக்கு ஆஸ்துமா தாக்கி அவர் அவளைத் தோளிலே தூக்கிப் போட்டுக் கொண்டு ஆஸ்பத்திரிக்கு ஓடியது நினைவுக்கு வந்தது.

சிலநாட்களாக அவருக்குச் சீவியம் வெறுத்துவிட்டது. மகள் நினைவாகவே இருந்தது. மெலிந்து போயிருக்கிறாள் என்று சொன்னார்கள். மாமியாருக்கு வேறு உடல்நலம் இல்லையாம். புருசன் காலையில் போனால் இரவுதான் திரும்புவான். இரண்டு குழந்தை களையும் மாமியாரையும் எப்படிச் சமாளிக்கிறாள்? சிறுவயதில் இரவிலே ரகஸ்யமாக வந்து அவர் முதுகிலே கன்னத்தை வைத்துக் கொண்டு தூங்குவாள். வீட்டிலே உளுத்தம் களி கிண்டினால் அதைச் சாப்பிட முன்னர் ஒரு கரண்டி கொண்டுவந்து அவர் வாய்க்குக் கிட்ட நீட்டுவாள்.

அவரால் அவதி தாங்க முடியவில்லை. காரை எடுத்துப் போய் கரம்பன் வீதி நுனியிலே நிறுத்திவிட்டு 18ஆம் நம்பர் வீட்டையே பார்த்துக்கொண்டிருந்தார். ஓர் அறை மட்டுமே உள்ள சின்ன வீடு அது. மறுபடியும் மாலைபோய் அரை மணி நேரம் காத்திருந்தார். அவருடைய காரை எல்லோருக்கும் தெரியு மாதலால் நீண்ட நேரம் தரிக்க முடியாது. இது பல நாள்

தொடர்ந்தது. ஒருநாள் காலை ஒன்பது மணிபோல. அவரிடம் கொஞ்சம் தைரியம் மிச்சமிருந்தது. 'எதற்கு பயம்? மகள் வீடுதானே, உள்ளே போகலாம்' என்று நினைத்தபோது ஓர் உருவம் வீட்டை விட்டு வெளியே வந்து எதையோ வீதியில் கொட்டிவிட்டு நின்று அவர் பக்கம் உற்றுப் பார்த்தது. சந்திரசேகரம் காரை விட்டு இறங்கி மகளை நோக்கி ஓடத் தொடங்கினார். அவள் தன் வாழ்நாளில் பலமுறை பின்னர் நினைத்துப் பார்த்த அவளுடைய ஓட்டம் தொடங்கியது. விமானம் ஒன்று மேலே பறக்கும் சத்தம் கேட்டது. ஈரக் கயிறு மணம் வீசும் காற்றை உள்ளே இழுத்தாள்; அவள் நிழல் அவளை முந்திக்கொண்டு பாய்ந்து பாய்ந்து நகர்ந்தது. கட்டிப்பிடித்து 'அப்பா' என்று அலறினாள். அவள் அழுவதே இல்லை. முதல்முறையாக அவள் அழுவதைப் பார்த்தார். 'அழாதே அம்மா நான் வந்திட்டன், அழாதே' என்று கண்ணீரைத் துடைத்தார். 20 வருடக் கண்ணீர் அங்கே கொட்டியது.

'இத்தனை தூரம் வந்த உங்களுக்கு வீட்டினுள்ளே வரமுடிய வில்லையா, அப்பா?' அப்பொழுதுதான் 'ஸ்டைல் சிவகாமசுந்தரி' என்று ஒருகாலத்தில் அழைக்கப்பட்ட அவருடைய மகளைக் கவனித்தார். கண்கள் உள்ளுக்குப் போய், உதடுகள் வெடித்துக் கிடந்தன. ஒரு கிழமைக்கு முன்னர் தோய்த்திருக்கக்கூடிய நீளமான வீட்டு உடையை அணிந்திருந்தாள். தினம் நகப்பூச்சு பூசிய நகங்கள் உள்பக்கம் தேய்ந்து கறுத்துப்போய்க் காணப்பட்டன. மூச்சு வாங்கி யது. அது ஓடிவந்த களைப்பு அல்ல, மூச்சுத் திணறல். நிமிர்ந்து மூச்சை உள்ளே இழுத்தாள் ஆனால், அவளால் சுவாசப்பையைப் பாதிகூட நிரப்ப முடியவில்லை. பார்க்கவே பரிதாபமாகவிருந்தது. 'இப்பவே நான் உன்னை மருத்துவரிடம் அழைத்துப் போகிறேன். அவரை எனக்குத் தெரியும். காரில் ஏறு' என்றார். அவள் இறகு போல அவருக்குப் பின்னால் வந்தாள். காருக்குள் ஏறியதும் 'உன்னை 'மட்டில்லா' என்றா நான் அழைக்கவேண்டும்?' என்றார். 'அப்பா, உங்களுக்கு நான் எப்பவும் சிவகாமசுந்தரிதான்.' 'இது என்ன கோலம், அம்மா?' என்று மறுபடியும் விம்மினார். 'பேசாமல் ஓட்டுங்கோ' என்றாள் பழைய கட்டளையிடும் தொனி யில். அதைக் கேட்க அவருக்கு மகிழ்ச்சியாக இருந்தது. 'உன்னைத் தேடுவார்களே. வீட்டுக்குப் போய் மாமியாரிடம் சொல்லிவிட்டு வா' என்றார்.

'அப்பா, காரை எடுங்கோ.' அதிகாரம் குறையவில்லை. 'நான் உங்களிடம் சொல்லாமல்தானே ஓடினேன்.'

◻

ஆட்டுப்பால் புட்டு

இதுவெல்லாம் நடந்தது சிலோனில்தான், ஸ்ரீலங்கா என்று பெயர் மாற்றம் செய்ய முன்னர். அப்பொழுதெல்லாம் 'தபால் தந்தி சேவை' என்றுதான் சொன்னார்கள். அலுவலகம், அஞ்சல் துறை, திணைக்களம் போன்ற பெரிய வார்த்தைகள் கண்டுபிடிக்கப் படவில்லை. தினம் யாழ்தேவி கொழும்பிலிருந்து சரியாக காலை 5.45க்குப் புறப்பட்டு காங்கேசன்துறைக்கு ஓடியது; பின்னர் அதே நாள் திரும்பியது. தபால், தந்தி சேவையில் அதிகாரியாக வேலை செய்த சிவப்பிரகாசம் இரண்டு மாதத்திற்கு ஒருமுறை வெள்ளிக் கிழமை அதிகாலை யாழ்தேவியைப் பிடித்து புறப்பட்டு மதிய உணவுக்கு யாழ்ப்பாணம் போய்விடுவார். பின்னர் ஞாயிறு மதியம் அங்கேயிருந்து கிளம்பி இரவு கொழும்பு வந்துவிடுவார். திங்கள் காலை வழக்கம்போல கந்தோருக்கு அதிகாரம் செய்யக் கிளம்பு வார்.

யாழ்ப்பாணத்தில் அவருடைய மனைவி நாற்சார் வீட்டை யும், பெரிய வளவையும் பரிபாலித்துக்கொண்டிருந்தார். அவர்க ளுடைய ஒரே மகள் மணமுடித்து சிங்கப்பூர் போய்விட்டாள். வீட்டிலே அவர்கள் வளர்த்த ஒரு மாடு, இரண்டு ஆடுகள், மூன்று நாய்கள், 20 கோழிகளும், வளர்க்காத எலிகள், சிலந்திகள், கரப் பான்பூச்சிகளும் அவர்களை ஓயவிடாமல் வேலை கொடுத்தன. சிவப்பிரகாசம் அடிக்கடி வருவது மனைவியைப் பார்ப்பதற்கு மட்டுமல்ல, வீடு வளவுகளைப் பராமரிக்கவும்தான். அப்படித்தான் அவர் மனைவிகூட நினைத்தார். ஆனால், இன்னொரு ரகஸ்யக் காரணமும் இருந்தது.

யாழ்ப்பாணத்திலே தேங்காய்ப் புட்டு பிரபலம். தேங்காய்ப் பால் புட்டு இன்னும் பிரபலம். மாட்டுப் பால் புட்டையும் சிலர் விரும்பி உண்பதுண்டு. ஆனால், சிவப்பிரகாசம் சாப்பிடுவது என்றால் அது ஆட்டுப்பால் புட்டுதான். தேங்காயைச் சிறுசிறு துண்டுகளாக நறுக்கி இட்டு, அரிசிமாவையும் உளுத்தம்மாவையும் சரிசமமான விகிதத்தில் கலந்து குழைத்து முதலில் புட்டு

அவிக்கவேண்டும். அதை இறக்கியவுடன் சூடாக்கிய ஆட்டுப் பாலில் கிளறி சர்க்கரை இரண்டு கரண்டி சேர்த்து சுடச் சுடச் சாப்பிட்டால் அதன் ருசியே தனி என்பது சிவப்பிரகாசத்தின் அபிப்பிராயம். மனைவிக்கு ஒத்துவராத கருத்து அது. ஆட்டுப் பாலில் கொழுப்பு குறைவு. ஆனால், புரதச் சத்து அதிகம். அது காந்தியின் உணவு என்று வாதம் செய்வார் சிவப்பிரகாசம். யாழ் தேவியில் இறங்கி வீட்டுக்கு வந்துசேரும் நேரம் அவர் மனைவி ஆட்டுப்பால் புட்டை சுடச்சுடத் தயாராக வைத்திருக்கத் தவறு வதே இல்லை.

ஒருமுறை அவர் வீட்டு மாடு கன்று ஈன்றுவிட்டது. 'நீங்கள் வந்த நேரம்' என்று மனைவி அவரைப் புகழ்ந்தார். மனைவிகள் கணவரைப் பாராட்டுவது அபூர்வமானது. சிவப்பிரகாசத்துக்கு மகிழ்ச்சி தாளவில்லை. அவசர அவசரமாகக் கன்றைச் சுற்றிவந்த இளங்கொடியை உமலிலே போட்டுக்கட்டினார். உடனுக்குடன் அதை ஆலமரத்தின் உச்சியில் தொங்கவிட வேண்டும். அந்த ஊரில் இப்படியான வேலைகளைச் செய்வதற்கு ஒருவன் இருந் தான். வேலி அடைப்பது, விறகு தறிப்பது போன்ற வேலைகள். அழகான வாலிபன். அவனுடைய தாய் தமிழாசிரியை. படிப்பு ஓடாதபடியால் அதை நிறுத்திவிட்டு இப்படியான வேலைகளை ஊருக்குள் செய்தான். பெயர் நன்னன்.

'ஆலமரத்தின் உச்சியில் கட்டவேண்டும். அப்பத்தான் மாடு நிறைய பால் கறக்கும். வேறு ஒருவருடைய உமலும் அதற்குமேல் இருக்காமல் பார்த்துக்கொள்' என்றார். அவன் 'தெரியும் ஐயா. இந்த ஊர் முழுக்க பால் கறப்பது என்னால்தான்' என்று சொல்லியவாறு போய்க் கட்டிவிட்டு வந்தான். அடிக்கடி வீட்டுக்கு வந்து அவர் கொடுக்கும் வேலைகளைச் செய்தான். குணசாலி. குடிப்பது கிடையாது. சீட்டு விளையாடுவது இல்லை. ஒருவித கெட்ட பழக்கமும் அவனிடம் இருப்பதாகச் சொல்ல முடியாது. வேலை முடிந்ததும் காசை வாங்கிக்கொண்டு போவான். எண்ணிக்கூடப் பார்ப்பதில்லை.

ஒருநாள் சிவப்பிரகாசம் கேட்டார் 'உனக்கு இந்தப் பெயர் யார் வைத்தது?' அவன் சொன்னான், 'அம்மாதான். அது பழைய மன்னனின் பெயர்.' 'அவன் கொடூரமானவன் அல்லவா?' என்றார். அவன் சொன்னான் 'எந்த மன்னன்தான் கொடூரம் இல்லாதவன் என்று அம்மா சொல்வார்.' பெயர்தான் நன்னன் என்று இருந்ததே ஒழிய அவனுடையது சாதுவான முகம். எப்பொழுதும் ஏவலை எதிர்பார்க்கும் கண்கள். நாளை என

ஒன்றிருக்கே என்ற யோசனை அவனுக்குக் கிடையாது. கொஞ்ச நேரம் தீவிரமாகச் சிந்திப்பதுபோல முகத்தைக் கோணலாகப் பிடித்தபடி நின்றான். பின்னர் அவர் ஆச்சரியப்படும் விதமாக ஒன்றைச் சொன்னான், 'அரசன் என்றால் அவனுக்கு ஒரு கொடி இருக்கவேண்டும். இந்த ஊர் ஆலமரத்தைப் பார்த்தால் அது தெரியும். எனக்கு எத்தனை இளங்கொடிகள் தொங்குகின்றன என்று.'

ஒவ்வொரு முறையும் சிவப்பிரகாசம் வரும்போது நன்னனுக்கு ஏதாவது வேலையிருக்கும். அந்தத் தடவை அவர் வந்தபோது 'நன்னன் மணமுடித்துவிட்டான்' என்று மனைவி சொன்னார். அன்று பின்னேரமே அவன் மனைவியை அழைத்துக் கொண்டு அவரைப் பார்க்க வந்தான். பெண் அழகில் அவனுக்குக் கொஞ்சமும் குறைந்தவள் இல்லை. கண்களைப் பார்த்தபோது துணுக்கென்று இருந்தது. இமைக்க முடியாத பாம்பின் கண்கள் போல அவை நீளமாக இருந்தன. அதில் கொஞ்சம் தந்திரமும் தெரிந்தது. அவருடைய முதல் நினைப்பு 'இவன் அப்பாவியாக இருக்கிறானே. இவளை எப்படிச் சமாளிக்கப் போகிறான்' என்பது தான். பின்னர் யோசித்தபோது இவள்தான் சரியென்று பட்டது. அப்பாவியானவனை இவள் எப்படியும் முன்னேற்றிவிடுவாள். வெற்றிலையில் காசு வைத்து மணமக்களிடம் கொடுத்து சிவப்பிரகாசம் வாழ்த்தி அனுப்பினார். அவள் முன்னே போக இவன் பின்னால் குனிந்தபடி இடது பக்கமோ வலது பக்கமோ பார்க்காமல் அவள் காலடியை மட்டுமே பார்த்து நடந்தான். மணமுடிக்க முன்னர் அவன் எப்படி நடந்தான் என்பது அவனுக்கே மறந்துவிட்டது. அவள் கொஞ்சம் உதட்டைக் குவித்தால் அவன் கிணற்றுக்குள் குதித்துவிடுவான் என்று சிவப்பிரகாசம் எண்ணினார்.

அடுத்தநாள் காலை அவர் முட்டைக் கோப்பியை ரசித்துக் குடித்துக்கொண்டிருந்தபோது நன்னன் தனியாக வந்தான். அவனைப் பார்க்க வேறு யாரோ போல இருந்தது. அவன் அணிந்திருந்த டெர்லின் சட்டை பொக்கற்றுக்குள் திரீரோஸஸ் சிகரெட் பக்கட் இருந்தது. தலையை ஒட்ட வாரி மேவி இழுத்திருந்தான். சுருட்டிய தினகரன் பேப்பர் கையிலே கிடந்தது. 'என்ன நன்னா? பேப்பர் எல்லாம் படிக்கிறாய் போல இருக்கு?' என்றார். 'ஐயா, எல்லாம் பத்துமாவின் வேலை. கையிலே பேப்பர் இருந்தால் ஆட்கள் மதிப்பார்களாம்.' 'சிகரெட்டும் பிடிப்பாயா?' 'அதுதான் ஸ்டைல் என்று பத்துமா சொல்கிறா. அவளுடன் வெளியே

போகும்போது நான் சிகரெட் பிடித்தே ஆகவேண்டும். பழகிக் கொண்டு வருகிறேன்' என்றான்.

'இப்ப என்ன வேலை செய்கிறாய்?' 'அதுதான் பிரச்சினை, ஐயா. என்னை வீட்டு வேலைகள் செய்ய வேண்டாமாம். இப்ப நான் சைக்கிள் கடையில்தான் வேலை பழகுகிறேன். அது மதிப் பான வேலை. ஆனால், சம்பளம் குறைவு. போதிய வரும்படி இல்லாவிட்டாலும் பரவாயில்லை என்று பத்து சொல்கிறா,' அவர் வீட்டு பலாமரத்தில் ஒரே சமயத்தில் பழுத்துத் தொங்கிய மூன்று பழங்களைக் காகங்கள் கொத்திக்கொண்டிருந்தன. சிவப் பிரகாசம் நன்னனிடம் பலாப்பழத்தை இறக்கித்தரச் சொன்னார். அவன் நிமிர்ந்து பார்த்துவிட்டு 'ஐயா, பத்துவுக்குத் தெரிந்தால் என்னைக் கொன்றுபோடுவா. நான் வாறேன்' என்று புறப் பட்டான். சிவப்பிரகாசம் 'நீ ஒரு பழத்தை எடுத்துக்கொள். இரண்டை எங்களுக்குத் தா' என்று ஆசை காட்டினார். அவன் அதைக் கேட்டதாகவே காட்டிக்கொள்ளவில்லை.

வழக்கமாக ஞாயிறு அன்று கொழும்புக்குப் பயணமாகும் சிவப்பிரகாசம் திங்கள் மதியம் யாழ்தேவியில் திரும்புவதாகத் திட்டமிட்டிருந்தார். ஞாயிறு இரவு அவருடைய இரண்டு ஆடு களில் ஒன்றை யாரோ திருடிவிட்டார்கள். இரவு ஆடு கத்தியது என்ற விவரத்தை மனைவி காலையில் சொல்லி என்ன பிர யோசனம். மூன்று நாய்கள் இருந்தன, ஆனால், அவை ஒன்றுமே குரைக்கவில்லை. சிவப்பிரகாசம் பயணத்தைத் தள்ளி வைத்தார். ஆடுகட்டிய கயிறு அவிழ்க்கப்படாமல் வெட்டப்பட்டிருந்ததால் ஆட்டை யாரோ களவாடியிருப்பது உறுதியானது. அந்தக் கிராமத் தில் இப்படியான திருட்டு நடப்பதில்லை. எனவே முழுக் கிராமமும் ஆட்டைத் தேடியது.

ஊர்ப் பெரியவர், 'ஆட்டைத் திருடியவன் இந்தக் கிராமத் தில் விற்கமாட்டான். அடுத்த கிராமத்திலும் விற்கமாட்டான். இன்று சந்தை கூடும் நாள். ஆட்டை அங்கேதான் விற்பான்' என்று கூறினார். சிவப்பிரகாசம் ஊர்ப் பெரியவரை அழைத்துக் கொண்டு சந்தைக்குச் சென்று தேடினார். அவர் சொன்னது சரிதான். அங்கே அவருடைய ஆடு ஏற்கனவே கைமாறப்பட்டு கசாப்புக் கடைக்குச் செல்வதற்கு ஆயத்தமாக நின்றது. அவர் ஆட்டைக்கண்ட அதே சமயம் அதுவும் அவரைப் பார்த்தது. அதன் பழுப்புக் கண்கள் அவரை அடையாளம் கண்டுவிட்டது போல ஈரமாக மாறின. ஊர்ப் பெரியவர் பொலீசுக்கு அறிவிக்கும் காரியத்தைச் செய்தார்.

வீடு திரும்பியபோது மூன்று நாய்களும் ஓடிவந்து அவர்மேல் பாய்ந்து புரண்டன. அவற்றின் வால்மட்டும் ஆடாமல் முழு உடம்பும் ஆனந்தத்தில் துள்ளியதைப் பார்க்க அவருக்கு ஆத்திர மாக வந்தது. திருடனை விட்டுவிட்டு அவர்மேல் பாய்வதற்கா நாய்களை வளர்த்தார். அவர் வீட்டினுள் புகுந்து ஒருவன் ஆடு திருடியதை யோசிக்க யோசிக்க அவர் மனம் சினம் கொண்டது. அந்த ஆடு வேறு குட்டித்தாய்ச்சியாக இருந்தது. இரண்டு ஆடும் மாறி மாறி குட்டிபோட்டு அவருடைய ஆட்டுப்பால் புட்டுக்கு தடங்கல் வராமல் பார்த்துக்கொண்டிருந்தன. ஒரு குட்டித்தாய்ச்சி ஆட்டை வெட்டி இறைச்சியாக்குவதற்கு எத்தனை கல்மனசு வேண்டும்.

சென்ற வருடத்து இலைகள் வளவை நிறைத்துக் கிடந்தன. நன்னன் உதவிக்கு வரப்போவதில்லை. மனைவி கூட்டிச் சருகு களைக் குவித்துவிட சிவப்பிரகாசம் அள்ளி குப்பைக் கிடங்கில் கொண்டுபோய்க் கொட்டினார். இரண்டுதரம் கொட்டிவிட்டு மூன்றாவது தரம் வந்தபோது காற்று சுழன்றடித்தது. குப்பை சிதற முன்னர் அள்ளிவிடலாம் என்று ஓடினார். காற்று வென்று விட்டது. அந்த நேரம் வெளியே பெரும் ஆரவாரம் கேட்டது. படலைத் திறந்து வீட்டுக்குள்ளே சனம் வந்தது. பின்னர் ஆடு வந்தது. பின்னால் பொலீஸ்காரர் வந்தார். அவரைத் தொடர்ந்து கைகளைப் பின்புறம் கட்டிய நிலையில் நன்னனைப் பிடித்து இழுத்தபடி ஒருத்தன் வந்தான். 'ஐயா, என்னை விட்டுவிடுங்கள். பத்துமா சொல்லித்தான் செய்தனான்' என்று அவன் கெஞ்சி னான். அவன் ஏதோ சிங்களம் பேசியதுபோல சிவப்பிரகாசம் அதிர்ச்சியில் உறைந்துபோய் நின்றார். அப்பாவியான ஒருத்தனை சிலமாதத்திற்குள் இப்படி ஒருத்தி மாற்றிவிட்டாளே என்று நினைத்தார். 'ஆடுதான் கிடைத்துவிட்டதே. அவன் பாவம், விட்டு விடுங்கள்' என்று அவர் வேண்டினார். பொலீஸ்காரர் மறுத்து விட்டார். 'இது பொலீஸ் கேஸ் ஆகிவிட்டது. கோர்ட்டுக்குப் போனால் நூறு ரூபா அபராதம் விதிப்பார்கள். அல்லது இரண்டு கிழமை சிறைத் தண்டனை கிடைக்கும். அதை அனுபவித்தால் தான் திருடனுக்குப் புத்திவரும். நாளைக்கே கோர்ட்டுக்கு ஆட்டைக் கொண்டு வாருங்கள்' என்று சொல்லிவிட்டு பொலீஸ் காரர் நன்னனை இழுத்துப் போனார்.

அன்றிலிருந்துதான் சிவப்பிரகாசத்துக்கு நினைத்துப் பார்த் திராத சிக்கல் ஒன்று முளைத்தது. வெள்ளி அதிகாலை யாழ் தேவியைப் பிடித்து வந்து இரண்டு நாள் தங்கிவிட்டு கொழும்பு திரும்புகிறவர் அப்படியெல்லாம் செய்ய முடியவில்லை. 'வழக்கு

இத்தனையாம் தேதி. உடனே வரவும்' என்று மனைவி தந்தி கொடுப்பார். சிவப்பிரகாசம் அவசரமாகப் புறப்பட்டு யாழ்தேவி யில் வருவார். கோர்ட்டுக்கு மாட்டு வண்டிலில் ஆட்டை ஏற்றிக் கொண்டு போவார். வழக்கைத் தள்ளி வைப்பார்கள். அவர் கொழும்புக்குத் திரும்புவார். மறுபடியும் தந்தி வரும். கோர்ட்டுக்கு வருவார். வழக்கை ஒத்திவைப்பார்கள். பலதடவை இப்படி அலையவேண்டி நேர்ந்தது.

ஒருமுறை கோர்ட்டுக்கு ஆட்டையும் அதனுடைய இரண்டு குட்டிகளையும் வண்டியில் ஏற்றிப் போனார். வழக்கறிஞர் குட்டி களையும் கொண்டுவரச் சொல்லிக் கட்டளையிட்டிருந்ததால் அப்படிச் செய்தார். கோர்ட்டிலே பத்துமாவின் கையில் ஒரு குழந் தையிருந்தது. எட்டாம் வகுப்பு நன்னனும், பத்தாம் வகுப்பு பத்துமாவும் ஒரு குழந்தையை உண்டாக்கிவிட்டார்கள். அதற்குப் பட்டப்படிப்பு ஒன்றும் தேவையில்லை. வழக்கை மறுபடியும் தள்ளி வைத்தது சிவப்பிரகாசத்துக்கு ஆத்திரத்தைக் கொடுத்தது. பத்துமா மரத்திலே சாய்ந்தபடி குழந்தையுடன் நின்றாள். கோர்ட்டுக்கு அவசரமாகப் போனவர்கள் அவளைத் தாண்டும் போது வேகத்தைப் பாதியாகக் குறைத்தார்கள். அவள் முகம் சந்திர வெளிச்சத்தில் பார்ப்பதுபோல வெளிறிப்போய் காணப் பட்டது. அவர்களைப் பார்க்க பரிதாபமாக இருந்தது. நன்னனிடம் 'சாப்பிட்டாயா?' என்று கேட்டார். அவன் இல்லை என்றான். பாலைவனத்து ஒட்டகம்போல அவள் தலையை அலட்சியமாக மறுபக்கம் திருப்பினாள்.

சாப்பாட்டுக் கடையில் நன்னன் கைக்குட்டையை எடுத்து வாங்குமேலே விரிக்க அவள் உட்கார்ந்தாள். இப்பொழுதுதான் அந்தப் பெண்ணை சிவப்பிரகாசம் நேருக்கு நேர் பார்த்தார். அவள் உடம்பு அசையாமல் இருக்க அவள் தலை மட்டும் ஒரு நடனக்காரியுடையதுபோல இரண்டு பக்கமும் அசைந்தது. அவள் ஓயாமல் பேசினாள். வாய்க்குள் உணவு இருக்கும்போதும், அதை விழுங்கிய பின்னரும், அடுத்த வாய் உணவு வாய்க்குள் போக முன்னரும் அவள் வாயிலிருந்து வார்த்தைகள் ஒன்றுடன் ஒன்று ஒட்டியபடி நிறுத்தாமல் வெளிவந்தன. எல்லாமே கணவனுக்கான கட்டளைகள்தான். அவன் உணவை அள்ளி வாயில் திணித்த படியே தலையை மட்டும் ஆட்டினான். 'பஸ்ஸுக்கு காசு இருக் கிறதா?' என்று கேட்டார். அவன் இல்லை என்றான். அதையும் தந்து அவர்களை அனுப்பி வைத்தார். அவர் படும் அவதியிலும் பார்க்க அந்த இளம் தம்பதிகள் அனுபவிக்கும் துன்பத்தைப் பார்க்க அவரால் முடியவில்லை.

அன்று கோர்ட்டு கலையும் வரை காத்திருந்தார். அரசு வழக்கறிஞர் காரை நோக்கிச் சென்றபோது குறுக்கேபோய் விழுந்தார். 'நான் ஓர் அரசாங்க உத்தியோகத்தன். ஆட்டைத் திருட்டுக் கொடுத்ததால் கடந்த 18 மாதங்களாக கொழும்பிலிருந்து வழக்குக்கு வருகிறேன். ஆட்டையும் குட்டிகளையும் வழக்கு நாட்களில் கொண்டு வரவேண்டும் என்பது உத்தரவு. ஆட்டின் விலை அறுபது ரூபா. ஆனால், நான் செலவழித்தது 600 ரூபாவுக்கு மேலே. ஆட்டைத் திருடியவன்தான் தண்டனை அனுபவிக்க வேண்டும். ஆனால், திருட்டுக் கொடுத்தவன் திருடனிலும் பார்க்க கூடிய தண்டனை அனுபவிப்பது எந்தவிதத்தில் நியாயம். அடுத்த தடவையாவது வழக்கை முடித்து வையுங்கள், ஐயா.' வழக்கறிஞர் ஒன்றுமே பேசவில்லை. அவரை விலத்திக்கொண்டுபோய் காரிலே ஏறினார்.

வழக்கு தேதிக்கு இரண்டு நாள் முன்னதாகவே சிவப்பிரகாசம் கிளம்பி யாழ்ப்பாணம் வந்துவிட்டார். வீட்டு வளவு வேலைகளை முடித்துவிட்டு இரவு ஓய்வெடுத்தபோது மனைவி சொன்னார். 'இப்பவெல்லாம் மாடு முன்னைப்போல கறப்பதில்லை. பால் குறைந்துவிட்டது.' சிவப்பிரகாசம் ஒரே வெறுப்பில் இருந்தார். 'இந்த வழக்கு என்னை அலைக்கழித்துவிட்டது. எவ்வளவு நாட்கள் வீணாக ஓடின. எத்தனை காசு நட்டம். அல்லாவிட்டால் இன்னொரு மாடு வாங்கி விட்டிருப்பேனே' என்றார். அடுத்தநாள் காலை மாஜிஸ்ட்ரேட் வழக்குக்கு ஒரு நிமிடம் மட்டுமே எடுத்து போதிய சாட்சியங்கள் இல்லாதபடியால் வழக்கைத் தள்ளுபடி செய்வதாகச் சொன்னார். இதை 20 மாதங்களுக்கு முன்னரேயே செய்திருக்கலாம். இத்தனை அலைச்சலும் தொல்லையும் பணமும் மிச்சமாகியிருக்கும்.

தீர்ப்பான பின்னர் நன்னனில் பெரிய மாற்றம் தெரிந்தது. சிவப்பிரகாசம் நம்பமுடியாமல் தலையைப் பின்னுக்கு இழுத்து மறுபடியும் பார்த்தார். அவன் கண்களில் வெளிச்சம் நடனமாடியது. அரும்பு மீசை. திரிரோஸஸ் சிகரெட் சட்டை பொக்கற்றுக்குள் தெரிந்தது. கையிலே தினகரன் பேப்பரைச் சுருட்டி வைத்தபடி சிரித்துக்கொண்டே கோர்ட்டுக்கு வெளியே வந்தான். பத்துமா எங்கிருந்தோ வந்து அவன் கையை டெர்லின் சட்டை முடிந்த இடத்தில் பிடித்து இழுத்தாள். சிவப்பிரகாசத்துக்கு அவர்களைப் பார்க்க சந்தோசமாகவிருந்தது. விடுதலையுணர்வு எல்லோருக்கும் பொதுதானே.

பத்துமா ஒரு குழந்தையைத் தூக்க ஓடுவதுபோல குனிந்தபடி அவரை நோக்கி ஓடிவந்தாள். காலிலே விழுந்து நன்றி சொல்லப்

போகிறாள் என அவர் நினைத்தார். அவள் குனிந்து மண்ணை வாரி எடுத்து வீசி 'நாசமாய்ப்போக' என்று திட்டினாள். 'உன் ஆடு நாசமாய்ப் போக. உன் மாடு நாசமாய்ப்போக. உன் குடி விளங்காது. இல்லாதவன் என்ன செய்வான்? இருக்கிறவனிடத் திலேதானே எடுக்கவேணும். இதையும் பெரிய வழக்கு என்று கொழும்பிலே இருந்து வந்து நடத்தினாயே. ஆலமரத்து இளங் கொடியை எப்பவோ அறுத்துக் கீழே வீசியாச்சுது. அதுபோல நீயும் அறுந்துபோவாய். உன் அழிவுகாலம் இன்றுதான் ஆரம்பம். நீ புழுத்துச் சாவாய்' என்று வைதுவிட்டு நடந்தாள். திடீரென்று ஒரு வசவு விடுபட்டதை நினைத்துத் திரும்பிவந்தவள், அவர் புழுதியிலே குளித்து நின்றதைப் பார்த்து மனதை மாற்றி ஒன்றுமே பேசாமல் சென்றாள்.

சிவப்பிரகாசம் திகைத்துப்போய் நின்றார். அவர் மேசையில் விரல்களால் சுழற்றும் 3 டெலிபோன்கள் இருக்கும். நாலுபேர் வாசலில் எந்த நேரமும் அவர் கையொப்பத்துக்காகக் காத்திருப் பார்கள். மந்திரி அவருக்குக் கை கொடுத்திருக்கிறார். இருபது வயதைத் தொடாத இந்தப் பெண்ணின் வாயிலிருந்து வந்த வசவு களை ஒவ்வொன்றாக எண்ணிப் பார்த்தார். வண்டில்காரன் ஆட்டையும் குட்டிகளையும் வண்டிலிலே ஏற்றித் தயாராகவிருந் தான். அவன் நடந்ததைப் பார்த்ததாகக் காட்டவில்லை. அடுத்த நாள் ஊரிலே கதை பரவும். இரண்டு நாளில் கொழும்புக்கும் போய்விடும். தலைப் புழுதியை கைவிரல்களினால் தட்டியபடி ஆட்டைப் பார்த்தார். அது தன் பழுப்புக் கண்களால் அவரையே உற்று நோக்கியது. முழுக்கதையையும் அறிந்த அந்த ஜீவன் ஒன்று தான் அவருடைய ஒரே சாட்சி. வண்டிலில் ஏறி உட்கார்ந்தபோது அவர் மனைவி ஆட்டுப்பால் புட்டுடன் காத்திருப்பதாகச் சொன் னது நினைவுக்கு வந்தது.

❒

கடைசிச் சாட்சி

அன்று காலை எழுந்ததுமே வழக்கம்போல தன் பெயரை கூகிளில் தேடினாள் நிரஞ்சனா. ஒன்றுமே அகப்படவில்லை. இது என்ன கேவலமான விளையாட்டு என்று தன்னைத்தானே நொந்து கொண்டாள். வான்கூவரில் காப்புறுதி பற்றிய கருத்தரங்கில் கலந்து உரையாற்றியதிலிருந்து தினமும் தன் பெயரைத் தேடினாள். பலர் அவளை நேரிலே பாராட்டினார்கள். சிலர் கடிதம் எழுதி னார்கள். கம்பனி தலைமை இயக்குநர் அவளைத் தேடி அவள் அறைக்கு வந்து வாழ்த்துத் தெரிவித்தபோது பெருமையாகவே இருந்தது.

என்ன பெரிதாகச் சாதித்துவிட்டோம் என்று அவளின் இன்னொரு மனது சொன்னது. பக்கத்து வீட்டில் அகிலா இருக் கிறாள். அவளுக்கு 12 வயது. வீட்டிலே அவளும் தாயாரும் மட்டுமே. கடந்த ஒரு மாத காலமாக காலை உணவைச் சமைத்து தாய்க்கு ஊட்டிவிட்டு பள்ளிக்கூடம் செல்கிறாள். அவர் முகத்தைக் கழுவி, தலைவாரி மருந்துகளை எடுத்து நிரையாகப் பக்கத்தில் அடுக்கி வைத்துவிடுகிறாள். பள்ளியிலிருந்து திரும்பி யதும் தன் வீட்டுப் பாடங்களைச் செய்துவிட்டு தாயாருக்கு உண வூட்டித் தூங்க வைக்கிறாள். தினம் இதைச் செய்கிறாள். அவளுடைய பெயரல்லவா கூகிளில் வரவேண்டும்.

ரொறொன்ரோ நகரில் பிரபலமான காப்புறுதி நிறுவனம் அது. ஆரம்பத்தில் அவளுக்கு வேலை சுவாரஸ்யமானதாகத்தான் இருந்தது. இழப்பீட்டுக் கோரிக்கைகளைப் படித்து சிலசமயம் வாய்விட்டுச் சிரித்திருக்கிறாள். வீட்டிலே தாயாருக்குச் சொல்லி மறுபடியும் சிரிப்பாள். விபத்துக்கான காரணத்தை ஒருவர் விளக்கினார். 'காலை நான் என் காரை வீட்டிலிருந்து பின்னுக்கு எடுத்தேன். ரோட்டில் வந்த பஸ் மோதிவிட்டது. பஸ் அன்று 5 நிமிடம் முன்னதாக வந்தது எனக்கு எப்படித் தெரியும்?' இன் னொருவர் எழுதினார். 'ஒரு கண்ணை பின்னால் வந்த லாரியில் வைத்திருந்தேன். இன்னொரு கண்ணைப் பாதசாரியில்

வைத்திருந்தேன். ரோட்டில் வைக்க கண் இல்லை. அதுதான் பிரச்சினை.' கேள்வி: 'விபத்தைத் தவிர்க்க என்ன செய்திருக்கலாம்?' பதில்: 'பஸ்சில் போயிருக்கலாம்.' 'இருபது வருடமாக கார் ஓட்டுகிறேன். நான் ஒருவரை இடித்தது கிடையாது. முன்னால் போன கார் அந்த ஆளை அடித்தது. என்னுடைய கார் அவர்மேல் ஏறியது. நான் குற்றம் செய்யவில்லை.' இப்படிப் புலம்பல்கள் இருக்கும்.

வேலை நிரந்தரமான பின் அவளிடம் வந்த இழப்பீட்டுக் கோரிக்கைகளின் தன்மை மாறிவிட்டது. சிலவேளைகளில் இந்த வேலை தனக்குப் பொருத்தமானதுதானா என்று யோசிக்க வைத்தது. ஒரு தாயும் மகளும் அவளைப் பார்க்க அலுவலகம் வந்திருந்தனர். தாயாருக்கு 35 வயதிருக்கும். மகளுக்கு நாலு வயது. மெழுகிலே செய்ததுபோல லட்சணமான குழந்தை. கணவர் இறந்துவிட்டார். சில மாதங்களாக அவர் காப்புறுதித் தவணை கட்டாததால் அவருடைய காப்புறுதி காலாவதியாகிவிட்டது மனைவிக்குத் தெரியாது. காசோலையைக் கையிலே பெற்றுப் போகலாம் என்று நினைத்திருந்தார். அந்தப் பெண்ணின் முகத்தில் ஏற்பட்ட அதிர்ச்சியும் ஏமாற்றமும் இன்றுவரை அவள் நினைவில் இருந்தன. குழந்தை சிரித்துக்கொண்டே கையசைத்து விடை பெற்றது. அவர்களுக்கு உதவ முடியாதபோது அவளுக்குத் தன் மேல் வெறுப்பு ஏற்பட்டது.

நாள் செல்லச் செல்ல வேலையில் கிடைக்கும் திருப்தியிலும் பார்க்க துக்கம் அதிகமானது. நிரஞ்சனா சிறுமியாக இருந்த நாட்கள்தான் அவள் வாழ்க்கையில் அதிமகிழ்ச்சியானவை. அவளுக்கு நாலு வயதாயிருந்தபோது தம்பி பிறந்தான். மகிழ்ச்சி இன்னும் கூடியது. மாலையானதும் அம்மாவின் மடியில் படுப்பதற்குப் போட்டி நடக்கும். நிரஞ்சனா தலையைச் சாய்த்த வுடன் அம்மா தலை முடியைத் தடவுவாள். அம்மாவின் சேலை மணத்தில் சூரியன் இருக்கும். அப்படியே சில நிமிடங்களில் உறங்கி விடுவாள். என்ன நிம்மதியான உறக்கம். அந்த அமைதி அவள் வாழ்நாளில் பின்னர் கிடைத்ததே இல்லை.

காப்புறுதிப் படிப்பை முடித்து வேலைக்குச் சேர்ந்த அன்று காத்திருந்ததுபோல அவள் அப்பா இறந்துபோனார். அவளுடைய முதல் சம்பளத்தை அவர் பார்க்கவில்லை. அவளே முழுக் குடும்பப் பொறுப்பையும் ஏற்றுக்கொண்டாள். தம்பியை மேல் படிப்புக்காக அமெரிக்கா அனுப்பினாள். ஒருநாள் தாயாரிடம் கேட்டாள். 'என் மனதில் நிம்மதி கிடையாது. காரணம் இல்லாமல் பதற்றமாயிருக்கிறது. இரவில் அமைதியாகத் தூங்கியதே இல்லை.

இது ஏன் அம்மா?' அவர் சொன்னார். 'உன் அப்பா நிம்மதியாகத் தூங்கமுடிகிற காரணத்தைச் சொல்லியிருக்கிறார். அவர் மனச் சாட்சிப்படிதான் நடந்தார். எந்தச் சந்தர்ப்பத்திலும் அவர் மனது சொன்னதற்கு எதிராகச் செயல்பட்டதில்லை. ஒரு கொலைகாரன், கொள்ளைக்காரனுக்குக்கூட அறம் என்றால் என்னவென்று தெரியும். தெரிந்துதான் மீறுகிறார்கள். அதை மதிக்காதவர்கள் நிம்மதியாக உறங்க முடியாது.' 'நான் அறத்தை மீறுகிறேனா, அம்மா?' 'அப்படியெல்லாம் இல்லை. அதைப் புறக்கணிப்பதற் கான மயக்கங்கள் உன் தொழிலில் ஏற்படுகின்றன. அதுதான் நிம்மதியைக் குலைக்கிறது. மாலையானதும் நிழல் மறைந்துபோகும் அல்லவா? அதுபோலத்தான். நீ ஒன்றுமே செய்யத் தேவை யில்லை. நீ அதைக் கடந்துபோவாய்.' தினம் அம்மா அதைச் சொல்லுவாள். ஆனால், ஒவ்வொரு நாளும் அவளுடைய பதற்ற நிலை மேலும் மேலும் அதிகரித்தது.

காப்புறுதிக் குழுவின் வழிநடத்துனராக பதவி உயர்வு வெகு சீக்கிரம் அவளுக்குக் கிடைக்கும் என்று மேலாளர் கூறியிருந்தார். சம்பளம் அதிகரிப்பதுடன் அவள் நினைத்துப் பார்த்திராத அளவு மிகையூதியமும் கிடைக்கும். ஆனால், அன்று மேசையில் காத்திருந்த கோப்பு அவள் எதிர்காலத்தையே மாற்றிவிடும் என்பது அவளுக்குத் தெரியாது. நாலு வருடங்களாக இழுபட்டு முடி வெடுக்க முடியாமல் கொழுத்துப்போய்க் கிடந்த கோப்பு. அதைப் படிக்கப் படிக்க அவளுக்கு ஆச்சரியம் மேலிட்டது. காப்பீட்டு விதிகளும் கம்பனி விதிகளும் அவளுக்கு மனப்பாடம். ஆனால், அந்தக் கோப்பில் சொல்லப்பட்ட கதை அவளுடைய கற்பனை யின் எல்லைக்குள் வராமல் வெளியே நின்றது.

20 வயது ஆன ரோமானா யோசுகே கனடியப் பெண். ஜமாய்க்கா நாட்டிலிருந்து குடும்பத்துடன் குடிபெயர்ந்தவள். ஒரு நாள் கனடாவின் நெடுஞ்சாலையில் பயணம் செய்தபோது விபத்து ஏற்பட்டு அவளுடைய குடும்பம் அழிந்துபோனது. அவள் மாத்திரம் பலத்த காயத்துடன் தப்பினாள். மருத்துவரின் அறிக்கை பெண்ணின் உடலிலும் மூளையிலும் பாதிப்பு என்று சொன்னது. காப்பீட்டு நிறுவனம் அவருடைய மருத்துவச் செலவுக்கும் பராமரிப்புக்கும் மாதாமாதம் இழப்பீடு வழங்கியது.

சிறிது காலத்தில் பெண்ணின் வழக்கறிஞரிடமிருந்து கடிதம் வந்தது. பாதிக்கப்பட்ட பெண்ணை மணமுடிக்க ஒருவர் ஜமாய்க் காவில் தயாராயிருக்கிறார். காப்புறுதி நிறுவனம் அனுமதி கொடுத் தால் அந்த மனிதர் கனடா வந்து பெண்ணை மணந்து

கொள்வார். பெண்ணின் பராமரிப்புக்கு வேற்று ஆள் தேவை இல்லை. கணவரே அந்த வேலையைச் செய்வார். மாதாமாதம் இழப்பீட்டுத் தொகையை கணவரிடம் தந்துவிடவேண்டும். காப்புறுதி நிறுவனம் சம்மதம் சொன்னது.

மேலும் சிறிது காலம் சென்றது. கணவர் ஜமாய்க்காவில் இருந்தபோது நல்ல உத்தியோகம் ஒன்றில் இருந்தார். கனடா வந்ததால் அந்த வருமானத்தை அவர் இழந்துவிட்டார். காப்புறுதி நிறுவனம் அந்த இழப்பையும் சரிக்கட்டவேண்டும். காப்புறுதி நிறுவனத்தால் மறுப்பு சொல்ல முடியவில்லை. ஜமாய்க்காவில் கிடைத்த வருமானத்தையும் சேர்த்து காப்புறுதி நிறுவனம் கணவருக்கு மாதாமாதம் பணம் கொடுத்தது.

விசயம் அத்துடன் முடியவில்லை. பெண்ணுக்கு ஒரு குழந்தை பிறந்தது. காப்புறுதி நிறுவனம் குழந்தையைப் பராமரிப்பதற்கு ஒரு பணிப்பெண்ணையும் நியமித்து அவருக்கும் மாதா மாதம் சம்பளம் கொடுத்தது. நிறுவனத்தின் செலவு வரவரக் கூடிக்கொண்டே போனது. ஒருகட்டத்தில் கணவரும் பணிப்பெண்ணும் வழக்கறிஞரும் கூட்டாகச் சேர்ந்து காப்புறுதி நிறுவனத்தில் பெறவேண்டிய தொகையைப் பல வழிகளில் அதிகரித்துக் கொண்டே போனார்கள்.

இறுதியில் வழக்கறிஞரிடம் இருந்து ஒரு கடிதம் வந்தது. ஒட்டுமொத்தமாக எட்டு மில்லியன் டொலர் வழங்கினால் அவர்கள் ஒப்பந்தத்தில் கையெழுத்திடத் தயாராயிருந்தார்கள். அதன் பின்னர் காப்புறுதி நிறுவனத்திற்கு ஒரு பொறுப்பும் கிடையாது. பெண்ணையும் குழந்தையையும் வாழ்நாள் முழுக்க பராமரிக்க இந்தத் தொகை போதுமானது. நிரஞ்சனாவின் மேலாளர் உடனேயே சம்மதித்தார். நிறுவனத்திற்கு இதனால் கணிசமான லாபம் வரும். இந்த விவகாரத்தை முடிவுக்குக் கொண்டுவந்து கோப்பை மூடச் சொல்லி நிரஞ்சனாவுக்கு ஆணை வந்தது.

அன்றிரவு நிரஞ்சனா தூங்கவில்லை. அவள் மனது அமைதி இழந்து தவித்தது. இதில் ஏதோ சூது இருக்கிறது என்று பட்டது ஆனால், என்னவென்று தெரியவில்லை. விபத்தில் சிக்கிய பெண்ணைச் சந்தித்த நாள் நினைவுக்கு வந்தது. என்ன கேள்வி கேட்டாலும் அவள் சிரித்தாள். அவளைச் சுற்றி என்ன நடக்கிறது என்பது அவளுக்குத் தெரியாது. பணிப்பெண்ணும் அவளுடைய கணவரும் தொழில் ரீதியான உறவு வைத்திருந்தவர்கள் போலவே காணப்படவில்லை. பெரிய திட்டமிடல் தெரிந்தது. எட்டு மில்லியன் டொலர்களைக் கொடுத்தால் விபத்தில் மாட்டிய பெண்ணுக்கும் அந்தக் குழந்தைக்கும் என்ன ஆகும்?

ரோமானாவுக்கு 24 வயது ஆகிவிட்டது. நாலு வருடங்கள் சக்கர நாற்காலியில் அமர்ந்திருந்தாலும் அவளுடைய அழகு குறையவில்லை. கூந்தலை இரண்டாகப் பிளந்து பந்துபோலச் சுருட்டி மாணவிபோல தோற்றம்தரும் சிகையலங்காரத்தை அவளுக்கு யாரோ செய்திருந்தார்கள். கூராக முடியும் இலை போன்ற கண்கள். என்ன சொன்னாலும் சிரித்தாள். அதுதான் பதில். சிலவேளை வாய் திறந்து அபூர்வமான மூளைத் திறனுடன் பேசினாள்.

'அடுத்த கட்டளை என்ன?' என்றாள் ரோமானா. 'நான் கட்டளையிட வரவில்லை. எல்லாம் வசதியாக இருக்கிறதா?' பற்கள் பளீரிடும் சிரிப்பு. அதுதான் பதில். பின்னர் சொன்னாள், 'சூப் குடிக்கும்போது கரையில் இருந்து தொடங்கவேண்டும்.' 'அப்படியா? இன்று காலை என்ன சாப்பிட்டீர்கள்?' தலையைச் சரித்து உலகத்தை ஏற்காததுபோல கண்களைச் சுழற்றினாள். ஒரு முழு நிமிடம் கழிந்தது. திடீரென்று கத்தினாள். 'பிரெட்டும் ஆப்ரிகொட் ஜாமும். அத்துடன் சூப்பும் குடித்தேன்' 'பிடிக்குமா?' 'இல்லையே, யார் சொன்னது.' பாடத் தொடங்கினாள். வினோத மான மொழியாக இருந்தது. 'ட்டூ, ட்டூ. நான்தானே அந்த முட்டை' என்று ஆங்கிலத்தில் முடித்தாள். அது ஜமாய்க்கன் குழந்தைப் பாடல். 'உனக்கு பாத்துவா மொழி தெரியுமா?' 'அது அம்மா வுக்குத்தான் தெரியும். சரி சொல்லு. அடுத்த கட்டளை என்ன?'

நிரஞ்சனா ஒரு குறிப்பு எழுதி தன் மேலாளருக்கு அனுப்பி வைத்தாள். 'காப்பீட்டு நிறுவனம் பாதிக்கப்பட்ட பெண்ணின் நீண்டகாலப் பராமரிப்பு பற்றி ஆலோசிக்காமல் ஒரு தொகைக்குக் காசோலை எழுதுவதன் மூலம் அதன் பொறுப்பில் இருந்து விலக முடியாது. எனக்கு இது அவசரமான முடிவாகத் தெரிகிறது. இதைத் தீர விசாரிக்க அவகாசம் வேண்டும்.'

வழக்கறிஞரிடமிருந்து மூன்று ஞாபகமூட்டல்கள் வந்திருந் தன. மேலாளர் தன்னை வந்து பார்க்கும்படி நிரஞ்சனாவுக்குச் செய்தி அனுப்பினார். அவள் போனபோது அந்தக் கோப்பு அவர் மேசையில் விரித்தபடி கிடந்தது. அவள் முன்னே நின்றாள். அவர் கண்கள் கோப்பின்மேல் ஓடின. ஆனால், அவர் அதைப் படிக்க வில்லை என்பது அவளுக்குத் தெரியும். அவளை அமரச் சொல்ல வில்லை. இரண்டு இருக்கைகள் அவர் முன்னே வெறுமையாகத் தான் இருந்தன.

மேலாளர் உலர் சலவை செய்த உயர்தர ஆடை அணிந் திருந்தார். அவருடைய மேசை பளபளவென்று மினுங்கியது. அதில் ஒரு கணினியும் ஒரேயொரு டெலிபோன் மட்டுமே இருந் தன. ஒரு குறிப்பு புத்தகம்கூட அங்கே கிடையாது. அவருடைய

ஞாபக சக்தி புகழ்பெற்றது. பத்துவருடங்களுக்கு முன்னர் நடந்த ஒரு வழக்கில் எவ்வளவு இழப்பீடு தீர்ந்தது என்று கேட்டால் அந்தத் தொகையை தசம் இரண்டு தானங்களில் சொல்லும் ஆற்றல் படைத்தவர். அவர் ஆராயாமல் முடிவு எடுக்கமாட்டார்; எடுத்தால் பின் அதில் மாற்றம் கிடையாது. அவர் தட்டச்சு செய்வதில்லை. கணினி பூச்சாடி போல மேசையில் ஓர் அலங்காரம்தான்.

'இன்று இழப்பீடு பற்றி முடிவெடுக்க வேண்டும் அல்லவா? ஒப்பந்தம் தயாரா?' 'அது விசயமாக உங்களுக்கு எழுதினேனே.' 'மன்னிக்கவேண்டும். இந்த முடிவு என் மனச்சாட்சிக்கு சரியாகப் படவில்லை.' 'அப்படியா? உன்னுடைய வேலை சட்டங்களுக்கு அமைய முடிவெடுப்பது. இங்கே மனச்சாட்சி எங்கே வந்தது? நாங்கள் என்ன நீதிபரிபாலனம் செய்கிறோமா?'

'மன்னிக்கவேண்டும். மனிதனின் சட்டம் இப்போதுதானே வந்தது. அதற்கும் மேலே ஆதியிலே தோன்றியது கடவுளின் சட்டம் அல்லவா? சோஃபக்கிளிஸ் எழுதிய அன்ரிகன் நாடகத்தில் அன்ரிகன் அரசனைப் பார்த்து சொல்லுவாள். அரசனின் சட்டத்திலும் பார்க்க கடவுளின் சட்டம் உயர்ந்தது என்று.' '2400 வருடங்கள் பழமையான கிரேக்க நாடகத்தை உதாரணம் காட்டுகிறாயா? இங்கே என்ன இலக்கிய வகுப்பா நடக்கிறது?' நிரஞ்சனா தான் பிடித்து நின்ற நாற்காலியின் பிடியை விட்டுவிட்டு கதவை நோக்கி நகர்ந்தாள்.

அடுத்த நெருக்கடி மேலிடத்திலிருந்து வரும். அவள்தான் கோடரியைத் தலைக்குமேல் பிடித்து நிற்கும் கடைசி காவலாளி. அவள் தயாராக வேண்டும். தலைமை இயக்குநரை எல்லோரும் அவருக்குப் பின்னால் 'சுண்டெலி' என்றே அழைப்பார்கள். உருவத்தில் அல்ல. அவர் உயரமாக வாட்டசாட்டமாக இருப்பார். சூப்பில் சுண்டெலி விழுந்தது என்று வந்த இழப்பீட்டுக் கோரிக்கையைத் துவம்சம் செய்தவர். மருத்துவரைக் கொண்டு சுண்டெலியை வெட்டி ஆராய்ந்தபோது அதன் குடலிலே ஒரு துளி சூப்பும் காணப்படவில்லை. வாடிக்கையாளரே இறந்துபோன சுண்டெலியை சூப்பிலே போட்டு ஏமாற்ற முயன்றிருக்கிறார். அந்த மோசடிக்காரருக்கு ஆறுமாதம் சிறைத் தண்டனை கிடைத்தது.

தலைமை இயக்குநர் என்றுமில்லாத நாளாக அவள் அறையினுள் நுழைந்தார். அவள் எதிர்பார்க்கவில்லை. ஆனால், கதவைத் திறந்தவர் உள்ளே வரவில்லை, கதவுக் குமிழைப் பிடித்தபடியே நின்றார். நிரஞ்சனா மரியாதை நிமித்தமாக எழுந்தாள். 'உன் முடிவை இன்றைக்கு அறிவிக்கப் போகிறாயா?' 'மேலாளரிடம் ஏற்கனவே தெரிவித்துவிட்டேன். இந்த வழக்கை

நுணுக்கமாக நான் ஆராய்ந்திருக்கிறேன். சம்பந்தப்பட்ட பெண்ணைச் சந்தித்திருக்கிறேன். நான்தான் அவளுடைய கடைசிச் சாட்சி. அந்தப் பெரிய தொகையை நிறுவனம் கொடுத்தால் அவளைச் சுற்றியிருக்கும் கும்பல் அதைக் கையாடிவிடும். பாதிக்கப்பட்ட பெண் கைவிடப்பட்டு, கவனிப்புக் கிடைக்காமல் இறந்துபோனாலும் போகலாம். உண்மையில் அது கொலைதான். அதன் தார்மீகப் பொறுப்பு எங்கள் மீதுதான் விழும்.' 'கொலையா? ஒரு காப்புறுதி அதிகாரிபோல உன் பேச்சு இல்லையே? சட்டத்தைப் பின்பற்று என்றுதானே உனக்குக் கட்டளையிடப் பட்டது.' 'சட்டம் மிகச் சரியாகத்தான் வேலை செய்கிறது. ஆனால், அற உணர்வு என ஒன்று இருக்கிறதே. அதை எப்படி மீறமுடியும்?'

'உன் பேச்சு விசித்திரமானது. இது என்ன மனித சேவை அமைப்பா? கூகிளில் உன்னைப் பாராட்டி யாராவது எழுதப் போகிறார்களா? எங்கள் நிறுவனம் லாப நோக்கத்துடன் நடத்தப் படுவது. அதுகூடத் தெரியாதா?'

'தெரியும். ஆனால், உலகம் இயங்குவது அறவுணர்வினால் தான்; சட்டத்தினால் அல்ல.'

'என் வாய்க்குள் இருந்து வெளிவரும் வார்த்தைகள் உன்னைத் தாண்டிச் செல்கின்றன. நீ விரைவில் உன் சினேகிதி களிடம் 'என் முந்தைய அலுவலகம் இது' என்று காட்ட நேரிடும்.' அவர் பதிலுக்குக் காத்திருக்கவில்லை. கதவுக் குமிழை விடுவித்துக் கொண்டு வேகமாக வெளியேறினார்.

காலை ஆறுமணி அடித்தபோது நிரஞ்சனாவின் அறைக்குள் கோப்பிக் குவளையுடன் தாயார் நுழைந்தார். மகள் ஆழ்ந்த நித்திரையில் இருந்தாள். 'எழும்பு மகள். கோப்பி ஆறுது' என்று சொல்லி மேசையில் வைத்துவிட்டு படுக்கையின் ஓரத்தில் அமர்ந்து மகளின் தலைமுடியைக் கோதினார். நிரஞ்சனா மெது வாகக் கண்விழித்து தாயாரை முதன்முதல் பார்ப்பதுபோல பார்த்தாள். 'மகளே இன்று உன் தம்பிக்கு பல்கலைக் கழகக் கட்டணம் 10,000 டொலர் அனுப்பவேண்டும். மறக்காதே' என்றார். நிரஞ்சனா ஒன்றுமே பேசவில்லை. அவள் வேலையை விட்டு விலகியதை இன்னும் தாயாரிடம் சொல்லவில்லை. தாயை இழுத்து அவர் மடியிலே தலை வைத்துப் படுத்தாள். மறுபடியும் நீண்ட நித்திரையில் சட்டென்று ஆழ்ந்தாள். மகள் முகத்தில் தெரிந்த அமைதியையும் பிரகாசத்தையும் வியப்புடன் பார்த்தபடி அந்தத் தாயார் நீண்ட நேரம் அங்கே அமர்ந்திருந்தார்.

❏

இலக்கணப் பிழை

அன்புள்ள செயலருக்கு

'இலக்கணப் பிழை திருத்தி' என்னும் செயலி பற்றிய விளம்பரம் படித்தேன். இலக்கணப் பிழையின்றி ஆங்கிலம் எழுத வேண்டும் என்பது சிறுவயது முதலான என் ஆசை, லட்சியம், கொள்கை. அத்துடன் ஒரு முக்கியமான அம்சமும் இப்பொழுது சேர்ந்துகொண்டது. நான் ஒரு பத்திரிகையில் உதவி ஆசிரியராகப் பணியில் சேர்ந்திருக்கிறேன். பெயர் உதவி ஆசிரியரே ஒழிய அது கடைநிலை வேலைதான். இலக்கணச் சுத்தமாக எழுத வேண்டும் என்று என்னைத் தெரிவு செய்தபோதே சொல்லிவிட்டார்கள். ஆகவே என் ஆசை இப்போது அவசரத் தேவையாகிவிட்டது. தயவுசெய்து எனக்கு ஒரு செயலியை உடனடியாக அனுப்பி வையுங்கள். கடன் அட்டையில் பணம் செலுத்திவிட்டேன். நன்றி

கே. கேதாரநாதன்

அன்புள்ள கே. கேதாரநாதன்,

உங்கள் பணம் கிடைத்தது. செயலி உங்களுக்கு உடனேயே அனுப்பிவைக்கப்படும். இலக்கணப் பிழை இல்லாத உலகத்துக்கு உங்களை வரவேற்கிறேன் நன்றி.

லாரா.

அன்புள்ள லாரா

முழுதாக 139 டொலர்கள் அனுப்பிவைத்தேனே. செயலி எங்கே? செயலி எங்கே?

கே.கே

அன்பான கே.கே,

செயலி தபால் மூலம் வரும் என்று நீங்கள் எதிர்பார்த்தீர்கள் போல இருக்கிறது. செயலி ஏற்கனவே உங்கள் கம்புயூட்டருக்கு அனுப்பப்பட்டுவிட்டது. அதை இயக்கத் தேவையான கட்டளைகள் கீழ்க்காணும் கொழுவியில் இருக்கின்றன.

லாரா

அன்புள்ள லாரா,

இலக்கணப் பிழை திருத்தியை அனுப்பிவிட்டதாகச் சொல்கிறீர்களே. அது எங்கே இருக்கிறது?

கே.கே

அன்புள்ள கே.கே,

கீழே உள்ள கொழுவியைச் சொடுக்கவும்.

லாரா

அன்புள்ள லாரா,

ஒரு கேள்வி கேட்டால் அதற்கு ஒரு கொழுவியை அனுப்புகிறீர்கள். அது இன்னொரு கொழுவியைத் திறக்கச் சொல்கிறது. அது இன்னொன்றைத் திறக்கச் சொல்கிறது. இப்படிக் காடு மலையெல்லாம் சுற்றி அலைந்து திரும்பி வரும்வழி தெரியாமல் போய்விடுகிறது. ஏற்கனவே தயாரித்த 1000 பதில்களில் ஒன்றை அனுப்பித் தப்பி விடுகிறீர்கள். ஒரு மொக்கு ஐந்தாம் வகுப்பு மாணவனுக்குச் சொல்வதுபோல முதலில் இதைச் செய், அடுத்து இதைச் செய் என்று எழுதினால் நான் கற்றுக்கொண்டிருப்பேனே. உங்கள் கொழுவிகள் நிறைய சேர்ந்துவிட்டன. இதுவரை நீங்கள் அனுப்பிய கொழுவிகள் எல்லாவற்றையும் தொடுத்தால் அவற்றைப் பிடித்துத் தொங்கிக்கொண்டு நான் ஒன்ராறியோ வாவியைக் கடந்துவிடுவேன்.

கே.கே

அன்புள்ள கே.கே,

வாவியை ஒன்றும் தாண்டத் தேவையில்லை. அறியாமை கடலைத் தாண்டினால் போதும். கொழுவிகளைப் பற்றி நீங்கள் படு கேவலமாக நினைக்கிறீர்கள். பல விஞ்ஞானிகளும் இலக்கண அறிஞர்களும் இணைந்து உருவாக்கியவை அவை. நீங்கள் அவற்றைச் சரியாகப் புரிந்துகொண்டு பயன்படுத்துங்கள். அவை தொந்திரவானவை என்பது வருத்தத்துக்குரியது.

லாரா

அன்புள்ள லாரா,

நீங்கள் என்னைக் கொடூரமானவன், கரைச்சல் தருபவன், மொக்கன் என்றெல்லாம் இதுவரை கற்பனை செய்திருப்பீர்கள். நான் கொடூரமானவன் அல்ல; கரைச்சல் தருபவனும் அல்ல. ஒருவேளை மொக்கன் என்பது சரியாக இருக்கலாம். நான் தலைகீழாகப் பிறந்ததால் மருத்துவச்சி என்னைக் குலுக்கு

குலுக்கென்று குலுக்கினார். அப்பொழுது ஒருவேளை மூளை பிசகி இருக்கலாம். அப்படி அம்மா அபிப்பிராயப்பட்டிருக்கிறார்.

நீங்கள் அனுப்பிய கொழுவியைப் பிரித்து ஆராய்ந்தேன். 'உங்கள் கம்புயூட்டரின் வலது பக்கக் கீழ் மூலையில் ஒரு பச்சை பட்டன் தெரியும். அதை கிளிக் செய்தால் செயலி இயங்க ஆரம்பிக்கும்.' இப்படி எழுதியிருக்கிறது. பிரச்சினை என்ன வென்றால் கம்புயூட்டரின் வலது பக்கக் கீழ் மூலையில் தேடி னேன். அப்படி ஒரு பட்டனும் இல்லை. இடது பக்கத்திலும் இல்லை. கம்புயூட்டரின் பின் பக்கத்திலும் தேடினேன். நான் என்ன செய்வது? எப்படி இலக்கணச் சுத்தமாக எழுதுவது? என் எதிர்காலம் ஒரு பச்சை பட்டனில் வந்து நிற்கிறதே!

கே.கே

அன்புள்ள கே.கே,

நிச்சயமாக உங்கள் கம்புயூட்டரில் பச்சை பட்டன் ஏறிவிட்டது. திரையின் கீழே அது மினுங்கிக்கொண்டு இருப்பதை எங்களால் பார்க்க முடிகிறது. கம்புயூட்டர் திரையைப் படம் பிடித்து அனுப்பவும்.

லாரா

அன்புள்ள லாரா,

எத்தனை சுலபமாக படம் பிடித்து அனுப்புங்கள் என்று சொல்லிவிட்டீர்கள். நான் எப்படி எடுப்பது? அதைச் சொல்ல வில்லையே!

பக்கத்து வீட்டில் ஒருவர் நல்ல காமிரா வைத்திருக்கிறார். சுண்ணாம்பு வெள்ளை அடிப்பவர்போல ஒரு கண் கொஞ்சம் மூடியிருக்கும். வேறு குறை இல்லை. அவரிடம் காமிரா இரவல் வாங்கி என்னால் படம் எடுக்கமுடியும். பரோபகார சிந்தை நிறைய அவருக்குண்டு. உங்கள் கையைப் பிடித்துக் குலுக்கிக்கொண்டு அவர் கதைக்கத் தொடங்கினார் என்றால் நிறுத்த மாட்டார். நல்லாய் காயவைத்த தடித்த தோலினால் செய்யப்பட்ட அவருடைய கை உங்கள் கையை இறுகிக்கொண்டே இருக்கும். விடமாட்டார். எப்படிப் பறித்துக்கொண்டு வருவது? போனமுறை இரவு நேரம் ஏணி கடன் வாங்கப் போனேன். உயரத்தில் தொங்கிய பல்பை மாற்றுவதற்குத்தான். அவர் வானத்தில் தெரிந்த நடசத்திரக் குவியலைக் காட்டி 'என்ன அற்புதம்?' என்றார். அதிலே என்ன அற்புதம்? 'முதல் நாளும் அதே குவியல் இருந்தது. 300 மில்லியன் ஆண்டுகளுக்கு முன்னரும் அது இருந்தது' என்றேன். 'ஆம், ஆம். யார் பார்க்கிறார்கள்? மனிதகுலம் வீணாகிக்கொண்டிருக்கிறது' என்றார்.

இம்முறை பகல் நேரம். நட்சத்திரம் இல்லை, ஆகவே துணிந்து போனேன். ஆனால், அவரிடம் டீசேர்ட் இருந்தது. என் கையைப் பிடித்து, அவர் அணிந்திருந்த டீசேர்ட்டை தொட்டுக்காட்டி பேசத் துடங்கினார். 'இந்த டீசேர்ட்டை பார்த் தீர்களா? நியூசீலண்டில் இருந்து எடுப்பித்தது. ஆட்டு மயிரில் விசேடமாகத் தயாரிக்கப்படுவது. குளிர்காலத்திலும் போடலாம். கோடைக் காலத்திலும் அணியலாம். குளிர்காலத்தில் வெப்பமாக இருக்கும், கோடைக் காலத்தில் குளிராக இருக்கும். டீசேர்ட்டில் இருக்கும் நம்பரை இந்தக் குறிப்பிட்ட இணைய தளத்தில் பதிந்து தேடினால் எந்த ஆட்டு மயிரிலிருந்து இதை உருவாக்கினார்கள் என்ற தகவல் கிடைக்கும்.' நான் கையை விடுவிக்க முயன்றேன். அவர் ஐபாட்டைத் திறந்து 'இதோ இந்த ஆடுதான், பாருங்கள்' என்றார். நானும் பார்த்தேன். அப்படியே டீசேர்ட்டின் முகச் சாடை அதற்கும் இருந்தது. அவரிடம் விடைபெற்று கையையும் திரும்பப் பெற்றுக்கொண்டு காமிராவுக்காகக் காத்திருந்தேன். அதற் கிடையில் அவர் மனைவி வந்துவிட்டதால் தொடர் ஓட்டத்தில் பின்கையால் தடியைத் தருவதுபோல காமிராவைத் தந்தார். நான் ஒருவாறு படம் எடுத்துவிட்டேன். எந்த முகவரிக்கு அனுப்புவது?

கே.கே

அன்புள்ள கே.கே,

பக்கத்து வீட்டுக்காரரிடம் காமிரா கடன் வாங்கினீர்களா? ஓ, கடவுளே! கம்புயூட்டர் திரையைப் படம் பிடித்து மின்னஞ் சலில் அனுப்புவதற்கு காமிரா ஒன்றும் தேவையில்லை. கீழே அனுப்பியிருக்கும் கொழுவியில் எப்படிப் படம் பிடிப்பது என்ற விவரம் கொடுக்கப்பட்டிருக்கிறது. அதன்படி செய்யுங்கள்.

லாரா

அன்புள்ள லாரா,

கடந்த நாலு நாட்களாக நான் பாடுபட்டேன். படுத்திருந்து பார்த்ததில் பச்சை பட்டனைக் கண்டுபிடித்துவிட்டேன். இலக் கணப் பிழை திருத்தியைச் சோதனை செய்வதற்காகத் தட்டச்சு செய்தேன். ஒருமுறை 'செய்வினை' என்று சொன்னது. இன்னொரு சமயம் 'நிச்சயமற்ற பெயர்ச் சொற்குறி' என்று சிவப்பு எழுத்தில் பெரிசாக எழுதியது. ஆனால், நான் என்ன செய்யவேண்டும் என்பதைச் சொல்லவில்லை. இது சொல்வதை விளங்குவது இலக்கணப் புத்தகத்திலும் பார்க்கக் கடினமாக இருக்கிறது. இலக்கணப் புத்தகங்களை இன்னும் கொஞ்சம் ஊன்றிப் படித் திருக்கலாமோ என்று இப்போது தோன்றுகிறது.

கே.கே

அன்புள்ள கே.கே,

எங்கள் இலக்கணப் பிழை திருத்தி பற்றி நீங்கள் தவறாக விளங்கிக்கொண்டிருக்கிறீர்கள். இலக்கணப் பிழைகளைச் சுட்டிக்காட்டுவதுதான் செயலியின் வேலை. உங்களுக்காக அது கட்டுரை எல்லாம் எழுதமுடியாது. தொடர்ந்து செயலியைப் பயன் படுத்துங்கள். உங்கள் எழுத்து துலக்கமாகும். எதிர்காலம் பிரகாச மாக அமையும்.

லாரா

அன்புள்ள லாரா,

நீங்கள் தீர்க்கதரிசி. இன்று என்ன நடந்தது என்று சொன் னால் நம்ப மாட்டீர்கள். பத்திரிகை ஆசிரியர் என்னைக் கூப் பிட்டார். ஆசிரியர் ஒருவரைத் தன் அறைக்கு அழைத்தால் அதன் பொருள் ஒன்றுதான். வேலை போகப்போகிறது. ஏற்கனவே ஆசிரியர் என் எழுத்தில் இருதடவை இலக்கணப் பிழை கண்டு பிடித்திருந்தார். ஆகவே தயங்கியபடி அவர் அறைக்குள் நுழைந் தேன். என்ன நடந்தது என்று நினைக்கிறீர்கள்? அவர் என்னை நிமிர்ந்து பார்த்தார். எனக்கு நடுங்கியது. வணக்கம் என்றார். அவர் குரலோ அறையிலும் பார்க்க பெரிது. சாப்பிட்டுமுடித்த கோப்பையை நீட்டுவதுபோல ஒரு பேப்பரை நீட்டினார். நான் அதைப் படிப்பதற்காக உதடுகளைக் கூட்டினேன், அவை நடுங்கும் வேலையில் இருந்தன. 'உனக்கு வேலை உயர்வு' என்றார். என்னால் நம்ப முடியவில்லை. 'நன்றி, நன்றி' என்று பதினைந்து தடவை சொன்னேன். ஒரு முறைதான் சத்தம் வெளியே வந்தது. இதை யெல்லாம் ஏன் உங்களுக்கு எழுதுகிறேன்? இதில் ஒரு பிரச்சினை இருக்கிறது. என்னுடன் வேலை செய்யும் பெண்மணிக்கு இது பிடிக்கவில்லை. அவர் இலக்கணத்தில் ராணி. எப்படியும் என் வேலையில் பிழை பிடித்து என்னை வெளியே அனுப்ப முயல் வார். உங்கள் இலக்கணப் பிழை திருத்தியை நம்பி வேலையை ஏற்றுக்கொண்டிருக்கிறேன். கைவிடமாட்டீர்கள் என்ற நம்பிக்கை.

கே.கே

அன்புள்ள கே.கே,

உங்கள் வேலை உயர்வுக்கு என் வாழ்த்துகள். இலக்கணப் பிழை திருத்தியைப் பயன்படுத்திய பலர் பதவி உயர்வு பெற்றிருக் கிறார்கள். அமெரிக்க ஜனாதிபதிகள்கூட அதன் அருமையை உணர்ந்திருக்கிறார்கள். பில் கிளின்டன் தன் சுயசரிதையை எழுது வதற்கு எங்கள் செயலியைத்தான் பாவித்தார். அது உங்களுக்குத் தெரிந்திருக்கும். மைக்கேல் ஜாக்ஸன் இலக்கணப் பிழை திருத்தி பற்றி ஒரு பாடல்கூடப் பாடியிருக்கிறாரே. ஆனால், அது வெளி

வரமுன்னர் அவர் இறந்துவிட்டார். இது ஆரம்பம் மட்டுமே. இன்னும் பல புகழ் மாலைகளுக்கும் பாராட்டுகளுக்கும் நீங்கள் தயாராகவேண்டும்.

லாரா

அன்புள்ள லாரா,

கனடாவில் எல்லோருக்கும் பனிக்காலம் எதிரி. எனக்கு அதனிலும் கூடிய எதிரி என்றால் அந்தப் பெண்தான். அவர் என் அறைக்கு வந்தார். அவர் நுழைந்ததும் அறையின் வெளிச்சம் மாறிவிடும். கோதுடைத்த அவித்த முட்டைபோல தளதளவென்று அவர் சருமம் மினுங்கியது. கன்னம் சிவந்திருந்தது. குளிர்கால சிவப்பாக இருக்கலாம். கோபமோ தெரியாது. அவருடைய வேலை வாரா வாரம் அழகுக் குறிப்பு எழுதுவது. பல்லைக் காட்டிச் சிரித்துக்கொண்டே அந்த வாரத்துக் கட்டுரையை நீட்டினார். அவருடைய பற்கள் சிரிப்பதற்காகப் படைக்கப்பட்டவை அல்ல. கடிப்பதற்காக ஆண்டவனால் கொடுக்கப்பட்டவை என்று எனக்கு அந்தக் கணத்தில் தோன்றியது. கட்டுரையில் என்ன எழுதி யிருந்தார் தெரியுமா? அந்தக் காலத்து பிரபுக்களின் மனைவிமார் எப்படி நடக்கப் பழகினார்கள் என்று. தலை குனிந்து நிலத்தைப் பார்க்கக்கூடாது. நேராகவும் பார்க்கக்கூடாது. ஒரு கோழி முட்டையை எடுத்து தாடைக்கும் கழுத்துக்கும் இடையில் வைத்து விழாமல் நடக்கப் பழகவேண்டும் என்று எழுதியிருந்தார். கண்பார்வை 20 அடி தூரத்தில் நிலத்தில் நிலைக்க வேண்டுமாம். என்ன கோழி முட்டை என்று எழுதவில்லை. சிவப்பா, வெள்ளையா, நாட்டுக்கோழியா என்ற விவரமும் கிடையாது.. என்ன விழக்கூடாது? முட்டையா அல்லது நடப்பவரா? நான் அதைக் கேட்டபோது அவர் பதில் சொல்லவில்லை. ஒரு கண்ணால் ஒருமாதிரி சிரித்தார். மறு கண்ணை அவர் தலைமுடி மூடியிருந்தது.

இனி விசயத்துக்கு வருவோம். நான் சென்றவாரம் எழுதிய கட்டுரை பத்திரிகையில் வந்திருந்தது. அது இலக்கணப் பிழை திருத்தியால் திருத்தப்பட்டது. அந்தக் கட்டுரையில் ஒரு வசனத்தை அடிக்கோடிட்டு ‘இறந்தகாலத் தொடர்வினை’ என்று எழுதி அந்தப் பேப்பரை எனக்கு முன்னே விசுக்குவதுபோல ஆட்டினார். செல்போன் உறுமுவதுபோல அடித்தொண்டையால் ஒரு சத்தம் செய்தார். கதவை அடித்துச் சாத்திவிட்டு வெளியேறினார். உறுமல் என்னுடனேயே நின்றது. என் வேலை போய்விடுமோ என்று பயம் பிடிக்கிறது. நான் என்ன செய்யவேண்டும்?

கே.கே

அன்புள்ள கே.கே,

உங்கள் அலுவலகப் பிரச்சினைகளை நாங்கள் தீர்த்து வைக்க முடியாது. இலக்கணப் பிழை திருத்தி சம்பந்தமாக மட்டுமே உங்கள் சந்தேகங்களைக் கேளுங்கள்.

லாரா

அன்புள்ள லாரா,

பத்திரிகை ஆசிரியரிடம் முறைப்பாடு செய்தேன். அவர் சிரித்தார். பொறுமை வேண்டும் என்றார். ஆற்றங்கரையில் ஒருவன் பொறுமையுடன் நெடுநேரம் நின்றால் ஒருநாள் அவனுடைய எதிரியின் பிணம் மிதந்துபோவதைக் காணலாம் என்றார். இவர் என்ன சொல்கிறார்? நான் ஆற்றங்கரையில் போய் நிற்கவேண்டுமா? எந்த ஆறு?

எனக்குப் பதவி உயர்வு கிடைத்த பின்னர் நான் ஒரு கார் வாங்கியிருந்தேன். புதுக் கார் அல்ல; பழைய கார்தான். என் சொந்தக் கார் என்றபடியால் முழங்கையை வெளியே வைத்துக் கொண்டு ஓட்டினேன். எப்படியோ என் எதிரிக்கு அது தெரிய வந்தது. 'முழுக்காரும் வாங்கினீர்களா?' என்று கேட்டார். இதன் அர்த்தம் என்ன? எனக்குக் கோபம் வந்துவிட்டது. 'இரண்டு நூற்றாண்டுகளுக்கு முன்னர் பிரபுக்களின் மனைவிமார் எப்படி நடந்தால் என்ன? தவழ்ந்தால் என்ன? அதை இந்தக் காலத்தில் எழுதலாமா? எழுதினாலும் யார் படிப்பார்கள்? முட்டை விற்பனைதான் அதிகமாகும்' என்றேன். கடந்தவாரம் நான் எழுதிய கட்டுரையில் 'செயப்படுபொருள் சுட்டுப்பெயர்' பல இடங்களில் தவறாக வந்ததென்றும், இந்தப் பேப்பரில் பணி புரிவது தனக்கு அவமானம் என்றும் சொன்னார்.

நான் வாயை மூடிக்கொண்டு இருக்கவில்லை. 'அப்படி யானால் நாட்டைக் காக்கப் போவதுதானே' என்றேன். அவர் முகம் மாறியது. இரண்டு பல் முளைத்து வெளியே நீண்டுவிடுமோ என்று பயமேற்பட்டது. 'நான் பனி. உருள உருளப் பெரிசாவேன். நீரோ பாறாங்கல். உருள உருள என்ன நடக்கும் என்று உம் முடைய ஆமை மூளையால் யோசித்துப் பாரும். என் மாண்பு களும் மாட்சிமைகளும் இந்தச் சின்னப் பத்திரிகை அலுவலகத் துக்கு என்றைக்குமே புரியாது' என்றார். அவர் மேல் உதடுகள் மடிந்தன. ரேடியோவில் விசையைத் திருகத் திருக ஒலி மேலே மேலே போவதுபோல அவருடைய புன்னகை கூடிக்கூடி முழு வட்டமாகியது. ஏளனமான சிரிப்புத்தான். அவர் ஏதோ திட்ட மிடுகிறார்.

அ. முத்துலிங்கம் ♦ 79

உங்கள் செயலியில் நம்பிக்கை போய்விட்டது. எனக்கு இலக்கணப் பிழை திருத்தி தேவை இல்லை. அது இருப்பதும் ஒன்றுதான். இல்லாததும் ஒன்றுதான்.

கே.கே

அன்புள்ள கே.கே,

எங்கள் பிழை திருத்தியைப் பயன்படுத்தச் சொல்லி ஒருவரும் உங்களை நிர்ப்பந்திக்கவில்லை. ஆமை மூளைபற்றி நான் ஒன்றும் அபிப்பிராயம் சொல்ல முடியாது.

லாரா

அன்பான லாரா,

தயவுசெய்து என்னை விட்டுவிடுங்கள். இலக்கணப் பிழைகள் அழகானவை. இயற்கையானவை. சிந்தனை மூளையில் தோன்றியவுடன் அவை எழுத்து வடிவம் பெறுகின்றன. இந்தச் செயல்பாட்டில் இலக்கணம் நுழைந்தவுடன் உங்கள் சிந்தனை சிதைக்கப்படுகிறது. குழந்தை பேச ஆரம்பிக்கும்போது இலக்கணத் துடனேயா பேசுகிறது. அதன் பேச்சு எத்தனை இனிமையாக இருக்கிறது. உங்களுக்குச் சட்டென்று புரிந்துவிடுகிறது. படைப்பை அது ஊக்குவிப்பதில்லை. இடைஞ்சலாகவே உள்ளது. 2500 வருடங்களுக்கு முன்னர் வாழ்ந்த கிரேக்க அறிஞர் ஹெராக்லிட் டசுக்கு இலக்கணம் பிடிக்காது. அவர் சொன்னார், 'மருத்துவர் களைத் தவிர்த்து, இலக்கணக்காரர்களிலும் பார்க்க முட்டாள் களை இந்த உலகத்தில் காணமுடியாது.' ஆகவே இனிமேல் இலக்கணப் பிழைகளைச் சரிபார்க்காமல் எழுதுவது என்று தீர்மானித்துவிட்டேன். செயலிக்கு நான் கட்டிய 139 டொலர்களை உடனேயே திருப்பி அனுப்பிவிடுங்கள். நான் வங்கிக்குச் சென்று என் பணத்தை எண்ணி எண்ணி மகிழ்வேன். வாசகர்கள் பத்திரிகையில் என் இலக்கணப் பிழைகளை எண்ணி எண்ணி மகிழட்டும்.

கே.கே

◻